AF518746

ഗ്രീൻ ബുക്സ്

കൊല്ലി

പി. വത്സല

നോവലിസ്റ്റ്, കഥാകൃത്ത്, അധ്യാപിക.
1938ൽ കോഴിക്കോട് ജനനം.
കേരള സാഹിത്യ അക്കാദമി നിർവ്വാഹക സമിതിയംഗം,
എസ്.പി.സി.എസ്. ഡയറക്ടർ ബോർഡ് അംഗം
എന്നീ നിലകളിൽ സേവനം.
കുങ്കുമം അവാർഡ്, അബുദാബി മലയാളി സമാജം
അവാർഡ്, കേരള സാഹിത്യ അക്കാദമി അവാർഡ്,
മാതൃഭൂമി പത്മപ്രഭാ പുരസ്കാരം എന്നിവ ലഭിച്ചിട്ടുണ്ട്.
പ്രധാന കൃതികൾ: *നെല്ല്, ആഗ്നേയം,*
നിഴലുറങ്ങുന്ന വഴികൾ, വിലാപം, പാളയം,
ചാവേർ, കൂമൻകൊല്ലി, കാലാൾ കാവലാൾ,
പംഗുരു പുഷ്പത്തിന്റെ തേൻ, തൃഷ്ണയുടെ പൂക്കൾ.

ഗ്രീൻ ബുക്സ് പ്രസിദ്ധീകരിച്ച
ഗ്രന്ഥകാരിയുടെ ഇതര കൃതികൾ

മലയാളത്തിന്റെ സുവർണ്ണകഥകൾ - പി. വത്സല
മൈഥിലിയുടെ മകൾ
ഗൗതമൻ
മരച്ചോട്ടിലെ വെയിൽച്ചീളുകൾ

കഥ

കൊല്ലി

പി. വത്സല

ഗ്രീൻബുക്സ്

green books private limited
gb building, civil lane road, ayyanthole,
thrissur- 680 003, kerala, ph: +91 487-2381066, 2381039
website: www.greenbooksindia.com
e-mail: info@greenbooksindia.com

malayalam
kolli
story
by
p. valsala

published march 2021

cover design : mansoor cheruppa

branches:
thrissur 0487-2422515
thiruvananthapuram 0471-2335301
calicut 0495 4854662

isbn : 978-93-90429-90-5

₹ 170.00
GBPL/1174/2021

മുഖക്കുറി

മനുഷ്യനും പ്രകൃതിയും തമ്മിലുള്ള ജൈവബോധത്തെ ഊട്ടിയുറപ്പിക്കുന്ന സാഹിത്യരചനകളാണ് നമ്മുടെ സാഹിത്യത്തെയും അതുയർത്തുന്ന ബോധമണ്ഡലത്തെയും എന്നും പ്രകാശമാനമാക്കുന്നത്. കൂമൻകൊല്ലിയിലെ ആ ചുവന്ന വീട് ആ ജൈവബോധത്തിന്റെ പ്രതീകമാണ്. അവിടെയിരുന്നാണ് എഴുത്തുകാരിയായ പി. വത്സല മനുഷ്യരുടെ സന്തോഷത്തിന്റെയും സന്താപത്തിന്റെയും കഥകൾ എഴുതിയത്. ഈ സമാഹാരത്തിലെയും വാർന്നുവീഴുന്ന കഥകൾ അങ്ങനെയൊരു ധർമ്മം നിർവഹിക്കുന്നു. ഭാഷാസാഹിത്യത്തിലെ അപൂർവസുന്ദരങ്ങളായ കഥകൾക്ക് ജന്മം കൊടുത്ത കഥാകാരിയുടെ തൂലികയിൽനിന്നുള്ള ഒഴുക്ക് ഇനിയും തുടരട്ടെ.

കൃഷ്ണദാസ്
മാനേജിങ് എഡിറ്റർ

കഥകൾ

അവളുടെ യാത്ര

സ്വന്തമായെഴുതിയ കടലാസിൽ സ്പർശിച്ചു നോക്കാൻ നിങ്ങൾക്ക് താത്പര്യമുണ്ടോ എന്നറിയില്ല. പുതുതായി എന്താണ് കൂട്ടിച്ചേർക്കേണ്ട തെന്നറിയില്ലെങ്കിലും എഴുതിക്കഴിഞ്ഞ വരികൾക്ക് മുകളിലൂടെ എന്നെ പ്പോലെ നിങ്ങളും വിരലോടിക്കാറുണ്ടോ? ഞാനാകട്ടെ ഇപ്പോഴത്തെ അവസ്ഥയെക്കുറിച്ചാണ് ചിന്തിച്ചുകൊണ്ടിരിക്കുന്നത്. കാർഡ് ബോർഡ് പെട്ടികൾക്കുള്ളിൽ കുന്നുകൂട്ടിയിട്ടിരിക്കുന്ന എഴുതിത്തീർത്ത കടലാ സുകൾ നിരത്തിവച്ചാൽ തലയ്ക്കു മുകളിൽ വട്ടമിട്ട് പറക്കുന്ന യുദ്ധ വിമാനങ്ങളുടെ അത്ര വലിപ്പമുള്ള ഒരു പട്ടം വേണമെങ്കിൽ ഉണ്ടാക്കാൻ കഴിയും.

എന്നെങ്കിലുമൊരിടത്തേക്ക് യാത്രയാവാൻ കഴിയുമെന്നു കമലാക്ഷി സ്വപ്നം കണ്ടിരുന്നില്ല. അവസാനത്തെ മഴവില്ലും കാരക്കാടുകുന്നിന പ്പുറത്തേക്ക് മറഞ്ഞുപോയ അവസരത്തിലാണ് കുന്നുമ്പുറത്തേക്ക് ഒരു ചുവന്ന മൺറോഡും വൈകാതൊരു ടാർപാതയും ഇഴഞ്ഞു കിതച്ചു കേറി വന്നത്.

ശീതകാലത്തു മുഴുവനും അവർ - കുന്നു മേടിച്ചവർ - അത് മൊട്ടയടി ക്കുകയും തുടർന്ന് ചരക്കുലോറികൾ പുരോഗമനത്തിന്റെ ചൂണ്ടുപലക ചാർത്തി പലവട്ടം അലറിക്കുതിച്ചും ഞരങ്ങിയും തേങ്ങിക്കരഞ്ഞും കാരക്കാടുകുന്നിന്റെ ഏകാന്തരാവുകളെ ഇളക്കി മറിച്ചു. ഭൂമിയുടെ മാറിലേക്ക് ഉരുണ്ടുപിരണ്ട്, നെഞ്ചലച്ച് പതിക്കുന്ന ബോൾഡറുകൾ ഗ്രാമത്തിന്റെ നിത്യശാന്തത തകർത്തു. എന്തോ പണി നടക്കാൻ പോണു. ഒരു ചലനത്തിനു വേണ്ടി കാത്തിരിക്കുകയായിരുന്നല്ലോ. അനക്കമേതും ഇല്ലാത്ത, ഉൽപാദനമൊന്നും നടക്കാത്ത, ഗ്രാമീണഭൂമിയിലെ ചെറു താഴ്‌വരകൾക്കും കുന്നുകൾക്കും ഇടയിൽ നിന്നു അർദ്ധരാത്രികളിൽ അടർന്നു വീഴാറുള്ള കുറുക്കന്മാരുടെ പാട്ടുമേളകൾക്കും ഇടമില്ലാതായി. അവർ റോഡിൽ പുരാതനകാലത്ത് ആരോ നിർമ്മിപ്പിച്ച രണ്ടു കലു ങ്കിന്റെ മേൽ പുതിയൊരു കോൺക്രീറ്റ് കൾവെർട്ട് പണിതു.

കാലാന്തരം തുടങ്ങി അവിടെ പാർപ്പുറപ്പിച്ചിരുന്ന നാടൻ കുറുക്ക ന്മാരുടെ വംശം രാഗവിസ്താരം പൂട്ടി വെച്ചു ഏതോ രാവിൽ സ്ഥലം

വിട്ടു. ചെറുകുഞ്ഞുങ്ങൾ ആദ്യമാദ്യം ആ കരച്ചിൽ കേട്ട് പേടിയോടെ നിശ്ശബ്ദരായി അമ്മമാരുടെ കഴുത്തിൽ തല ചായ്ച്ചു കണ്ണിറുക്കി യടച്ചു ഉറക്കത്തിന്റെ അന്ധകൂപത്തിലേക്ക് പടവിറങ്ങിപ്പോയി. പുല്ലാഞ്ഞി ക്കാടുകളിൽനിന്നു തറവാട് വിട്ട സർപ്പങ്ങൾ, തണുപ്പും കറുപ്പും ഉറങ്ങി ക്കിടന്ന ഇടുക്കുകളിൽ അപ്രത്യക്ഷമായി. ഞാഞ്ഞൂളിനേക്കാൾ ചെറുതായ സർപ്പക്കുഞ്ഞുങ്ങൾ, പടു നിരത്തിലെ സൂര്യപ്പുല്ലുകളുടെ സൂചിയില കൾക്കിടയിൽ നിന്നു പടം വിടർത്തി സൂര്യനെ നോക്കി നൃത്തം ചെയ്യാ റുള്ള പ്രഭാതങ്ങൾ അസ്തമിച്ചു. മീനച്ചുഴലിക്കാറ്റിൽ കുന്നുമ്പുറത്തെ കശുമാവിൻകാടുകൾക്കു മീതെ ഉഴറി നടക്കാറുള്ള ചൂടിനു ശൗര്യം കുറഞ്ഞു.

വഴിനീളെ സമയബോധമില്ലാതെ കളിക്കുന്ന സർപ്പക്കുഞ്ഞുങ്ങളുടെ മാളങ്ങൾ എവിടേയോ ഒളിഞ്ഞുകിടപ്പുണ്ടെന്നു ഭയന്നു, മദ്യപരായ രാത്രിഞ്ചരന്മാർ, അത്താഴക്കോപ്പുകളുമായി അർദ്ധരാത്രിയോടടുത്ത് നടന്നാടി റോഡുകളുടെ നീളവും വീതിയും അളക്കാൻ ചുടുകറ്റകളെ തിരിച്ചു വിളിച്ചു. പിന്നെ കാടിളക്കിയ നിർമ്മാണത്തൊഴിൽ മെല്ലെ ശാന്തമാവുകയും ടാർപ്പായയോ നീലക്കവചമോ ധരിച്ച, നിരക്കെ കണ്ണോ ട്ടകളുള്ള പട്ടാളവണ്ടി പലതും കുന്നുകേറി കിതച്ചു വന്നു. കുറുക്കന്മാ രുടെ അന്തിക്കച്ചേരികളുടെ സ്ഥാനം അകലങ്ങളിൽ നിന്നു കൂടണയാൻ വരുന്ന പട്ടാളവണ്ടികൾ ഏറ്റെടുത്തു.

ആയിടയ്ക്ക് പെൺകുട്ടികൾക്കും പട്ടണത്തിൽ പോകണമെന്നും പഠിച്ചു കാലുറപ്പിക്കണമെന്നും മോഹമായി. ആകാശത്തൂടെ കാരക്കുന്നു കയറി മറിഞ്ഞു കിഴക്കോട്ടു സഞ്ചരിക്കുന്ന മേഘങ്ങൾ തങ്ങൾക്കും ചില പുതുസന്ദേശങ്ങൾ കൈമാറുന്നുണ്ടെന്നു പെൺകുട്ടികളുടെ അക മറിഞ്ഞു. ചിലരെല്ലാം പഠിക്കാൻ ബസ്സുകേറി നഗരത്തിലേക്ക്. കോപ്പി ല്ലാത്തവർ തൊഴിൽ തേടി വിദൂരദേശങ്ങളിലെ നേഴ്സിംഗ് പഠനത്തിന്, ആൺകുട്ടികൾ കടലിന്നക്കരയ്ക്ക്. യുവതലമുറ, ഇരതേടി പുറത്തേക്കു പറക്കുമ്പോൾ, വികസിച്ചുണരുന്ന നഗരത്തിൽ തൊഴിൽ തേടിയെത്തിയ ഉദ്യോഗസ്ഥരുടെ കുടുംബം ആർക്കും വേണ്ടാതെ കിടന്നിരുന്ന, കിള യ്ക്കാതെ, മറിക്കാതെ കഠിനചിത്തരായി നിന്നിരുന്ന മേടുകൾക്ക് ജന പ്പച്ച നൽകി. ഇപ്പോൾ കള്ളവണ്ടി കേറി, യുവാക്കൾ മദിരാശിക്കും ബോംബെയ്ക്കും പോകുന്നല്ലോയെന്നു പിതാക്കൾ ആശ്വസിച്ചു. പുറത്ത് ഗൾഫ് പൂന്തോട്ടം പൊടുന്നനെ, കെമിക്കൽ വളം ലഭിച്ച മണ്ണു പോലെ പൂത്തുലഞ്ഞു.

പത്തുവരെ പഠിച്ച പെൺകുട്ടികൾ പടിയിറങ്ങിപ്പോയി. പല വഴിക്ക്. പണിതു പണം നേടാൻ. പട്ടാളക്യാമ്പ് അനേകം അണുകുടുംബങ്ങളാൽ നിറഞ്ഞു. നീലവണ്ടികളിൽ തോക്കിൻ തുളകളിലൂടെ പഴയ പുതിയ ഗ്രാമപാതയേയും ഗ്രാമീണരേയും ഉറ്റുനോക്കുന്ന പല വർഗ്ഗ ജാതി-മത-പ്രായമുള്ള സ്ത്രീകളും കുട്ടികളും ഗ്രാമത്തെ സജീവമാക്കി. പല

ഭാഷയിൽ സംസാരിക്കുന്ന പട്ടാളക്കാരും കുടുംബങ്ങളും മലയാള ച്ചൊല്ലിന് രാസവളം ചേർത്തു, വിള കൊഴുപ്പിച്ചു.

അന്നേരമൊരുനാളിൽ ഒരു പെൺകുട്ടി - പങ്കജാക്ഷി - മലഞ്ചെരുവിലെ സർക്കാർ കോളനിയിൽ നിന്നു പുറത്തിറങ്ങി. അവൾ പത്തിൽ തോറ്റു പഠിപ്പു നിർത്തി, ജീവിതവഴിയിലറങ്ങാൻ കോപ്പണിഞ്ഞ മിടുമിടുക്കിയായി. പങ്കജാക്ഷി ഒരുവിധത്തിൽ ശങ്കിച്ചും മെല്ലെച്ചിരിച്ചും ഒരു സന്ധ്യയ്ക്ക് എന്റടുത്തു വന്നു.

അവൾ എന്റെ കുട്ടിയായിരുന്നല്ലോ, രണ്ടു വർഷം മുമ്പ് പത്ത് പി. ഡിവിഷനിൽ. പൂരപ്പറമ്പു പോലിരുന്ന വിദ്യാലയ വളപ്പിൽ ഞാനവളെ കണ്ടെത്തിയിരുന്നു. കഴിഞ്ഞൊരു വർഷത്തെ ജൂൺ മാസാദ്യം. ടി.സി. മേടിക്കാൻ വന്ന കുട്ടി. പ്രായപൂർത്തി ആയ മിടുക്കിക്കൊപ്പം രക്ഷാകർത്താവുണ്ടായിരുന്നില്ല. അതെന്നെ ആനന്ദിപ്പിച്ചു. രണ്ടുകാലിൽ നേരെ നിന്നു മുഖത്തു നോക്കി സ്ഫുടമായി സംസാരിക്കുന്നു ആ നവയുവതി!

''അച്ഛനു പണിയില്ലേ?''

''ഓ...''

''എന്താണ്?''

''ക്യാമ്പിൽ യൂണിഫോം അലക്ക്.''

''പുഴയുടെ ഭാഗ്യം.'' ഞാൻ പറഞ്ഞു.

ഒരു കാട്ടുപുഴയായിരുന്നു, രണ്ടു വർഷത്തിനപ്പുറം.

ഒരേയൊരു അലക്കുകാരനും അയാളുടെ ഒരേയൊരു ഭാര്യയും കഴുതയും ഒന്നിച്ചാണ് കൃഷ്ണക്കടവിൽ വന്നിറങ്ങിയിരുന്നത്. മുഴുത്ത ചന്ദ്രനെപ്പോലൊരു വെണ്മയുള്ള ഭാണ്ഡം കഴുതപ്പുറത്തു കെട്ടിവെച്ച് മൂളിപ്പാട്ടിനാൽ മുളങ്കൂട്ടത്തോടു കുശലം ചൊല്ലിവന്നിരുന്ന രങ്കനേയും കഴുതയേയും ഭാണ്ഡവും കണ്ട്, മുളങ്കായൽക്കൂട്ടത്തിൽ നിന്ന് കുരുത്തോലവാലൻ വെള്ളക്കിളി ഇപ്പോൾ അനങ്ങാറില്ല. മറയത്തേക്കു മാറുകയുമില്ല.

രങ്കൻ കഴുതയുടെ പുറത്ത് രണ്ടു ചാൽ തഴുകി, അതിനെ ചെറിയ ചോലവൃക്ഷത്തിനു ചോടെ തളച്ചിടും. അതവിടന്നു തിരിച്ചുപോകും വരെ അനങ്ങില്ല. പൂഴിപ്പരപ്പാകാശത്തിൽ വെൺമേഘങ്ങൾ വിരിക്കുന്ന രങ്കൻ തണലിലിരുന്നു രണ്ടു പുകവലിക്കും. ഭാര്യ അമ്മിണി ശകാരിക്കില്ല. അത്രയ്ക്ക് വെൺമയുണ്ടായിരുന്നു, രങ്കന്റെ അലക്കിന്.

രങ്കന്റെ പെങ്ങളുടെ കെട്ടിയവനും കുടുംബവുമാണ് കുന്നുമ്പുറത്തെ ഒരു ലക്ഷംവീട്ടിലിപ്പോൾ താമസിക്കുന്നത്. മകളാണിപ്പോൾ എന്റെ മുമ്പിൽ.

''എന്തുണ്ട് വിശേഷം?''

''കല്യാണം.''

''നിനക്കല്ലേ?''

''അതേയതെ.''

''ആരാണ് വരൻ?''

''പഞ്ചാബി.''

''നീ പഞ്ചാബി പഠിച്ചോ?''

''പറയാനും കേൾക്കാനും.''

''ധാരാളം.''

''എന്നാണ് വിവാഹം?''

''അമ്പലത്തിൽ ആഘോഷമില്ലാതെ. വളരെ നന്നായി.''

പെൺകുട്ടി ഭാഗ്യവതി. സ്ത്രീധനം ഇല്ല. വേണ്ട. ആഭരണം വേണ്ട. ആരും ആവശ്യപ്പെടുന്നില്ല. കടം വാങ്ങിക്കല്യാണം ഇല്ല.

''ടിക്കറ്റ് ബുക്ക് ചെയ്തു കഴിഞ്ഞു. അവധി കിട്ടി. ഒരു മാസത്തേക്ക് ഒരു മാറ്റത്തിനും അപേക്ഷിച്ചിട്ടുണ്ട്.''

''നിനക്കോ?''

''ഞാൻ വയൽപ്പണിക്കു പോകും. അതാണെനിക്കിഷ്ടം.''

''ഇവിടേക്ക് വരവ്?''

''മിക്കവാറും ഉണ്ടാവില്ല.''

ഒരു മിന്നൽപ്പിണർ ഉള്ളിൽ മുറിഞ്ഞുവീഴുന്നു. ഞാനവളുടെ ചുമലിൽ കൈവെച്ചു.

എന്നേക്കാൾ ഉയരത്തിലാണല്ലോ ഈ മിടുക്കി എന്നു സന്തോഷിച്ചു.

അവൾക്കൊരു സമ്മാനം കൊടുക്കണമല്ലോ.

''ടീച്ചറുടെ ഒരു പുസ്തകം തരോ?''

''തീർച്ചയായും.''

ഉടുപുടവയുടെ മണമുള്ള പുത്തൻ ഗ്രന്ഥമൊന്നു സമ്മാനിച്ചു.

എന്താണൊരു നിറവിന്റെ നനവ്?

ഭാഗ്യത്തിന്റെ ആയിരങ്ങളിലൊരുവളുടെ നിറഞ്ഞ ആനന്ദം.

വഴിയാത്രയിൽക്കണ്ട ഒരപൂർവ്വം ചിത്രം കണക്കെ അവൾ എന്റെ കൺമുമ്പിലാകാശച്ചിറകുപോലെ ചലിക്കുന്നു. പുടവത്തുമ്പുയർത്തി കണ്ണൊപ്പി. പുഞ്ചിരിയോടെ കടന്നുപോകുന്നു. എന്റെ ഗ്രാമത്തിന്റെ ചിറകു കൊഴിഞ്ഞുപോകുന്നു. ■

പട്ടാളക്കാരന്റെ മകൾ

തെറ്റിദ്ധരിക്കേണ്ട. ഇപ്പോഴദ്ദേഹം അതിർത്തി കാക്കുന്ന ഒരു പട്ടാളക്കാരനല്ല. റിസർവ് പൊലീസ് ക്യാമ്പിലെ ഒരു തോട്ടക്കാരൻ കം നൈറ്റ് ഗാർഡ്. ജോലിയിൽ നിന്ന് വിരമിച്ചിട്ടും അദ്ദേഹം മഞ്ഞുകാറ്റിന്റെ ചൂളംവിളിയും മേച്ചിലാടുകളുടെ ഗന്ധവുമായി വരുന്ന സൗഗന്ധിക പുഷ്പത്തിന്റെ പരിമളവും നിറഞ്ഞുനിൽക്കുന്നൊരു താഴ്‌വര വിട്ടിട്ടില്ല. മേജർ വീർസിങ് ഒരു പട്ടാളക്കാരൻ മാത്രമല്ല, കീഴ് ഉദ്യോഗസ്ഥന്മാരോട് കരുണയുള്ള ഒരു ജെന്റിൽമാൻ ആണെന്ന് തോട്ടക്കാരൻ ധാരാസിങ് വിശ്വസിക്കുന്നു. തോട്ടപ്പണിയെങ്കിൽ അത്. അതിനപ്പുറം ഒന്നുമില്ല. പുത്രന്മാർ മൂന്ന്. മൂവരും സ്വന്തം കുടുംബത്തോടൊപ്പം രാജ്യത്തിന്റെ നിർണായക നഗരങ്ങളിൽ മാന്യമായ ജോലികളിൽ. ഇരുമ്പുരുക്കു കമ്പനിയുടെ മാനേജർ, ദേശീയ ക്ഷീരോൽപാദന ഫാമിന്റെ ഡിറക്ടർ, പട്ടാളത്തിൽ നേവി ആപ്പീസർ.

എന്തായാലെന്താ? മഞ്ഞുവീഴ്ച കാണാൻ പറ്റുന്ന ഈ അതിർത്തി പട്ടണത്തിന്റെ കാവൽക്കാരിലൊരാളായിതന്നെ താനവസാനിക്കും എന്ന് ധാരാസിങ് വിശ്വസിക്കുന്നു. ഇതിലപ്പുറം എന്തു നേടാനുണ്ട്? പതുപതുത്ത റൊട്ടി ഉണ്ടാക്കുകയും ശരീരസുഖം തരുന്ന രജായികൾ തരംപോലെ നിർമിച്ച്, പഴയ പട്ടുതുണികൊണ്ട് ഉറ തയ്ച്ച് അവയെ കേമമാക്കുകയും ചെയ്തിരുന്നു, കമൽ റാണി. പിന്നെ ഒരു മകളെ പെറ്റു. കണ്ണിലെ കരളായി വളർത്തി. വസന്തത്തിൽ അവളുടെ സൗന്ദര്യം പീലി വിടർത്തി. പൂന്തോട്ടത്തിലായി അവളുടെ പകൽസമയ ജീവിതം. മറ്റുള്ളവർ എന്തു ചെയ്യുന്നുവെന്ന് അവൾ കണ്ടതേയില്ല. ചെടികളും പൂക്കളും അവൾക്ക് നടവഴികളിൽ വെച്ച് ഓരോ ഉമ്മ സമ്മാനിച്ചു. ശലഭങ്ങൾ അവളുടെ താമരക്കണ്ണുകളെ സ്പർശിക്കുംമട്ടിൽ പറന്നുപോയി. നീലത്താമരക്കണ്ണുകളായിരുന്നു അവൾക്കെന്ന് കണ്ടെത്തിയതാദ്യം പൂമ്പാറ്റകളും വണ്ടുകളുമായിരിക്കും.

അവിചാരിതമായി അമ്മ ഹൃദയം പൊട്ടി മരിച്ചപ്പോൾ മകൾ ഈ മരണം പ്രതീക്ഷിച്ചിരുന്നു. ബാരക്കിലെ ജീവിതത്തോട് അമ്മ ഒരിക്കലും

ഒട്ടിച്ചേർന്നിരുന്നില്ല. അന്ന് ഒരു തോട്ടമുണ്ടായിരുന്നത് പിന്നിലെ അടുക്കള മുറ്റത്താണ്. മഞ്ഞുകാലത്ത് രജായി പുതച്ച് ഗാർഡൻ ബെഞ്ചിന്റെ ലോഹത്തണുപ്പിൽനിന്ന് അമ്മ രക്ഷപ്പെടുകയായിരുന്നു. ദൂരെ, നിര നിരയായി കിടക്കുന്ന ചെറുകുന്നുകളുടെ ചരിവുകളിൽ പതഞ്ഞുയർന്നു താഴുന്ന പൂപ്പതപോലെ വെളുത്ത ആട്ടിൻനിര വഴി തെറ്റാതെ നട ക്കുന്നതുകണ്ട് അമ്മയുടെ മുഖം സന്ധ്യപോലെ ചുവന്നു മിന്നി. അമ്മ യുടെ ആ ചിത്രമാണ് ഇന്നും നീലാംബരി എന്ന മകൾ സൂക്ഷിച്ചുവെച്ചി രിക്കുന്നത്. അമ്മയാണ് ഈ മണിപ്പേര് അവൾക്ക് നൽകിയതെന്ന് ബാപു പറയുന്നു. താനിവിടെ ഈ തോപ്പിൽ പച്ചനീലക്കുന്നുകൾക്കും കടൽത്തിരപോലെ ഉരുണ്ടുകളിക്കുന്ന ഹരിതസമുദ്രത്തിന്റെ തീരത്തും സ്ഥിരമായി പോകുമോ എന്ന് ഉറക്കം കിട്ടാതെ ചുട്ടുനീറുന്ന ഒരു കാറ്റിന്റെ കെട്ടിപ്പിടിത്തത്തിലകപ്പെട്ട് എന്തു ചെയ്യും എന്നു നീലു. വേനലിന്റെ ചുഴലികൾ കറങ്ങിത്തിരിഞ്ഞു, പമ്പരാകൃതിയിൽ താഴോട്ടു പോകുമ്പോൾ ഒരു ദിവസം പാലുമേടിക്കാൻ ഗ്രാമപാതയിലേക്കിറ ങ്ങാറുള്ള അവൾ ചിന്തിച്ചു. പാലുമായി സന്ധ്യയ്ക്ക് തോട്ടത്തിലെ പുരയിലേക്ക് കടക്കുമ്പോൾ കൂരോടിന്നു മേലെ, ചാക്കുശീലയ്ക്കും മീതെ കാറ്റ് തമ്പേറടിക്കുന്നു. ഒപ്പം പിതാവ് അവശനായി അകത്തേക്കു വരുന്നു. പൊന്നുമോളെ എന്നു വിളിക്കുന്നു.

അതൊരു കരച്ചിലൊന്നും ആയിരുന്നില്ല.

''എന്താണിത് ബാപു?''

''ഒന്നുമില്ല. എന്നാലും ഒന്നുണ്ട്, ഈ ഏകാന്തതാഴ്വരയിലെന്തു വിശേഷം?''

അടുത്ത നാളൊന്നും യുദ്ധമുണ്ടാവില്ല.

ബാരക്കുകളിലേക്ക് ഗോതമ്പു ചാക്കുകൾ നിറച്ച റേഷൻവണ്ടികളും കെട്ടിപ്പൂട്ടിയ ചരക്കുലോറികളും വരുന്നില്ല. താഴ്വരയിൽ പക്ഷികൾ കൂട്ടം ചേർന്ന് പറക്കുന്നില്ല. പൂത്തുമ്പികൾ മാത്രം കതിരിട്ട പുൽമേ ടുകളിൽ അവിരാമം പറക്കുന്നുണ്ട്. എന്നാൽ ബാപു കരയുകയാണോ ചിരിക്കുകയാണോ എന്നു നിർണ്ണയിക്കാനാവുന്നില്ല.

മേൽത്തട്ടുകളിൽ ആകാശത്തിന്റെ നീലക്കയങ്ങളെ പർദ നീക്കി ക്കാണിക്കുന്നു കാറ്റ്. വെൺമേഘങ്ങൾ ചിതറുന്നു. ഇതെന്തുതരം കാറ്റെന്ന് നീലാംബരി പുരികം ചുളിക്കുന്നു.

''ഞാനിന്നു മേജർ സാബിനെ കണ്ടു.''

''എവിടെ വെച്ച്?''

''അദ്ദേഹത്തിന്റെ ബംഗ്ലാവിലേക്ക് എന്നെ വിളിപ്പിക്കുകയായിരുന്നു. പ്രസവത്തിന് നാട്ടിലെത്തിയ അദ്ദേഹത്തിന്റെ മകൾ നീരദ തിരിച്ചു പോകാറായി.''

''ഞാനാ കുഞ്ഞിനെ കണ്ടിട്ടില്ല, ബാപു.''

''കാണാൻ പോകുന്നു.''

''അവർ എന്നാണ് തിരിച്ചുപോകുന്നത്?''

''രണ്ടാഴ്ച കഴിഞ്ഞ്. ഇവിടെ തണുപ്പ് കേറുംമുമ്പ്. ഡിസംബർ മൂന്നിന്.''

''തീരുമാനിച്ചു കഴിഞ്ഞോ?''

''കഴിഞ്ഞു. അവർ നിനക്ക് ഒരുദ്യോഗം തരുമെന്ന്.''

''ബാരക്ക് സ്കൂളിലെ ആയയായിട്ടോ?''

''അല്ലല്ല?''

''പിന്നെയെവിടെയാണ് അദ്ദേഹത്തിന്?''

''കടലിന്നക്കരെ, സമുദ്രങ്ങൾക്കപ്പുറം.''

അവൾ അച്ഛന്റെ മോഹം പറച്ചിൽ കേട്ടു പൊട്ടിച്ചിരിക്കുന്നു. അടുത്തു ചെന്ന് മുഖത്തു നോക്കുന്നു.

''അപ്പന് സുഖമില്ലേ?''

''പരമസുഖം. നിനക്കൊരു ജോലി കിട്ടുകയല്ലേ? സഹോദരങ്ങളുടെ വഴിയിലെ മുള്ളായി വിലങ്ങേണ്ടി വരില്ലല്ലോ. അവൾ അസ്വസ്ഥയായി. മൗനത്തിലേക്ക് ഊളിയിട്ടു. ചപ്പാത്തി കുഴച്ചുവെച്ചിരുന്ന ഡബ്ബയുടെ അടപ്പൂരി. താഴ്‌വരയിൽ വെളിച്ചം മങ്ങുകയാണ്. ഇന്ന് അത്താഴം വൈകും. സബ്ജിയുണ്ടാക്കിയില്ല. വേവിച്ചു വെച്ച ഉരുളക്കിഴങ്ങ് തൊലി കളയണം. ഉള്ളി ചീകണം. കാബേജ് അരിയണം.

കുന്നിറങ്ങി, മേച്ചിലവസാനിപ്പിച്ച് പുൽപ്പാതയിലൂടെ നിരയായി നടന്നു കേറുകയും ഇറങ്ങിപ്പോവുകയും ചെയ്യുന്ന ആടുകളുടെ നേരിയ കുളമ്പൊച്ചകളും നേർത്ത ഞരക്കങ്ങളും നിശ്വാസങ്ങളും കോർത്തിണക്കി ഒരു കാറ്റ് കടന്നുപോയി. തണുക്കുന്നതിനു പകരം സമീപത്തെ കരിയടുപ്പ് അവളെ വിയർപ്പിക്കുന്നു. ദുപ്പട്ട ചുരുട്ടി ചുമലിലേക്കിട്ട് അവൾ ഇടതുവശത്തേക്ക് മാറിയിരുന്നു. മാവ് കുഴയ്ക്കുന്ന ഓട്ടുകിണ്ണത്തിന്റെ വക്കിന്റെ അരപ്പാതി ഒരു തേഞ്ഞ ചന്ദ്രക്കലപോലെ മിന്നി. അവളതിനെ തുറിച്ചു നോക്കി മുഖം തിരിച്ചു. അടുപ്പൂതി കരിയുടെ കനൽക്കണ്ണ് തെളിയിച്ചു. ഇപ്പോൾ ഒരു കാറ്റ് പാതി തുറന്നിട്ട കതകിലൂടെ അകത്തേക്കു കടക്കുന്നു.

അത്താഴം വിളമ്പുമ്പോൾ അവൾ ചോദിക്കുന്നു ''എന്തു ജോലിയാണപ്പാ, എവിടെ?''

''യു.എസിൽ കേണൽ സാബിന്റെ പേരക്കുഞ്ഞിന്റെ ആയ. നല്ല ജോലിയല്ലേ? ഈ ബാരക്കിന്റെ ചായ്പിൽ നീയൊരു മനുഷ്യക്കുഞ്ഞിനെ

പോയിട്ട്, പട്ടിയുടെ കുഞ്ഞിനെ പോലും കണ്ടിട്ടില്ലല്ലോ. അതുപോരാ. നീയെന്താണെന്നും രാവിലെ കണ്ണുതുറക്കുമ്പോൾ കാണുന്നത്?''

അവൾ മറുപടിയൊന്നും പറയുന്നില്ല. റൊട്ടിയുടെ മാവ് അവളുടെ ചിന്തകൾക്കൊപ്പം അരയുകയാണ്.

അണ്ഡകടാഹം വിറപ്പിച്ച് പാഞ്ഞുപോകുന്ന ആയുധട്രക്കുകൾ. കമ്പികളിൽ പിടിച്ച് യാത്ര ചെയ്യുന്ന പട്ടാളലോറികൾ. ചെടികടടപ്പിക്കുന്നവ.

അപ്പോഴും അവൾ മിണ്ടിയില്ല.

കൊടിലുകളാൽ കൽക്കരിത്തുണ്ടുകൾ, ജ്വലിക്കുന്ന ചുണ്ടുകളിലേക്ക് തിരിച്ചിട്ടു.

അറയിൽ റൊട്ടി വേഴുന്ന മണം നിറയുന്നു. ചിലത് കരിയുമെന്ന് തോന്നിയപ്പോൾ അവൾ വീണ്ടും ചുടുന്ന കൊടിലിന്റെ അറ്റം ഇറുക്കിപ്പിടിച്ച് അവയെ ഓരോന്നായി അടുപ്പിൽനിന്ന് പുറത്തേക്ക് തട്ടിമാറ്റി. ഓരോന്നും തെന്നി മാറുന്നു. അവളുടെ ചുണ്ടുകൾ ഇറുകിച്ചേരുന്നു. പഴയ ഝരിപിടിച്ച ദുപ്പട്ടയുടെ തലപ്പ് അവളുടെ കഴുത്തിൽ ചുറ്റി സ്വർണ്ണനാഗം പോലെ ഇരുട്ടിലേക്കിറങ്ങുന്നു.

അവൾ എണീറ്റു. പ്രകാശം ചൊരിയുന്ന ഒരു ഗാർഡൻ ലാമ്പിന്റെ സ്വിച്ചിട്ടു. അകത്തും പുറത്തും വെളിച്ചം. ഗാർഡനിലെ പൂക്കളുടെ ഉറക്കം കെടുത്തരുത്. പ്രകാശം കുറഞ്ഞ ഒരു ബെഡ്ലൈറ്റിന്റെ വെളിച്ചത്തിൽ അപ്പനും മകളും അത്താഴം കഴിച്ചു. ഇരുട്ടിന്റെ തടവുപുള്ളികളെപ്പോലെ അവർ പൂർണനിശ്ശബ്ദരായി. അടുപ്പിന്റെ ശ്മശാനത്തിൽ കനലുകൾ വിണ്ട് അടങ്ങിക്കൊണ്ടിരുന്നു.

2

പെട്ടിയിലടച്ചു പൂട്ടി ഒരു മഹാസമുദ്രം താണ്ടിയതുപോലെ നീലംബരിക്കു തോന്നി. അടുത്ത പ്രഭാതം നീല-വെള്ള മഹാസമുദ്രത്തിന് മേലെ. സമുദ്രത്തിന്റെ അസ്വാസ്ഥ്യം തന്റെ മനസ്സിൽ കുടിയേറാനനുവദിക്കാതെ അവൾ, കൺമുമ്പിലൊരു പ്രകാശത്തിന്റെ അമ്പുമുന, ഭൂപടത്തിലൊരു ദിക്കിൽ വെള്ളീച്ചപോലെ മെല്ലെ ചിറകനക്കി അരിച്ചു നീങ്ങുന്നതു കാണുന്നു. താനൊരു ഈച്ചയെപോലെ ചെറുതാവുകയാണെന്ന് നീലു നടുക്കത്തോടെ ഓർക്കുന്നു.

'വിഷ്യു ഹാപ്പി ഹോളിഡേ' എന്നു പറഞ്ഞ് എയർഹോസ്റ്റസ് ഒരു ചുവന്ന ജിലേബിപോലെ അവളെ മധുരിപ്പിച്ചു. വെള്ളിക്കോണി പടിയിറങ്ങുമ്പോഴാണ് മുന്നത്തെ വലിയ സീറ്റിൽനിന്ന് കേണലിന്റെ മകളും പട്ടുവിരിച്ച പൂക്കൂടയിൽ പൂവുപോലൊരു കുഞ്ഞും ഇറങ്ങാനൊരുങ്ങുന്നത് കണ്ണിൽപെടുന്നത്. ഇറങ്ങിക്കോളാൻ അവരുടെ ചുണ്ടും കണ്ണും കൈയും

ഒരേസമയം ആംഗ്യം കാണിച്ചു. ഒരു യന്ത്രപ്പാത ഇറങ്ങുന്നു. തിരിഞ്ഞു നോക്കാൻ പഴുതില്ല. യാത്രികർ തുരുതുരാ ഇറങ്ങുകയാണ്. ഇരുട്ടിലൊരു എക്സ്പ്രസ് ട്രെയിൻ കുതിച്ചുപായുന്നോ?

രണ്ട് രാവുകൾക്കിടയിൽ തിരുകി വെയ്ക്കപ്പെട്ട ഒരു പകലിന്റെ ഓർമ്മ നീലാംബരിയെ പിന്തുടരുന്നു. ഒരർത്ഥവും നൽകാത്തൊരു പകലാണ് തനിക്ക് നഷ്ടമായതെന്ന് ചിന്തിക്കുന്നു.

ചക്രക്കസേരയിൽ അമ്മയും കുഞ്ഞും തൊട്ടുകൊണ്ട് അവളും. നിർമമമായി നീണ്ടുകിടക്കുന്ന ഇടനാഴികൾ താണ്ടി ഒഴുകുന്ന നടപ്പാതകളിലേറി കളിപ്പിക്കുന്ന കേറ്ററക്കക്കോവണികൾ തരണം ചെയ്തു. ജീവിത ഭാരത്തിന്റെ മാറാപ്പും പെട്ടികളുമായി ജനം വരിനിൽക്കുന്നു.

പ്രഭാതമഞ്ഞു പുതച്ചുറങ്ങുന്ന നഗരമുഖങ്ങൾ കാണാതെ കണ്ടു പാഞ്ഞുപോകുന്നു.

മണിമേടകൾ ചുറ്റും അച്ചടക്കത്തോടെ നിൽക്കുന്ന ഒരവധി ദിനമാണിന്ന്, യുവതിയായ അമ്മ ഓർമ്മിപ്പിക്കുന്നു.

ഒരു നമ്പറിന്റെ ചോടെ വണ്ടി ചെല്ലുമ്പോൾ ഗരാഷിന്റെ വിശാലമായ കതക് തന്നത്താൻ തുറക്കുന്നു. ടാക്സിക്കാരനല്ലാത്തവരെയെല്ലാം വിഴുങ്ങുന്നു. പിറകിൽ ലോഹവാതിൽ ചുരുൾ നീർത്തിത്താണ് ഒരു ഞെട്ടലിൽ അവസാനിക്കുന്നു.

വലത്, രണ്ടു പടിയേറി ഇടനാഴിയിൽ നിരക്കെ മൂന്നു കതക്. എല്ലാം അടഞ്ഞുകിടക്കുന്നു. പിടിയിൽ തൊട്ടപ്പോൾ ഓരോന്നും തുറക്കുന്നു. കിച്ചൺ, ഹാൾ, ബെഡ് റൂം, ലീവിങ് റൂം, കോണിപ്പടികൾ. സർവ്വജാലകങ്ങളും അടച്ചിട്ട ഒരു വീട് അവളെ അലോസരപ്പെടുത്തി. കാറ്റില്ല, തണുപ്പുണ്ട്. രാവോ പകലോ? ഓരോരോ വിളക്കണയുമ്പോൾ പുറത്ത് വലിയൊരു വിളക്ക് മുഖം മിനുക്കുന്നു. സൂര്യൻ.

3

അടുത്ത പ്രഭാതം. കുഞ്ഞിന്റെ അമ്മയും ഗൃഹനാഥനും വെവ്വേറെ വണ്ടിയോടിച്ചു ജോലിക്കു പോകുന്നു.

വലിയൊരു ഹാളിൽ ഒരറ്റത്ത് ചൈൽഡ് റൂം. തൊട്ടിൽ. കുഞ്ഞുവണ്ടി. അതു മറ്റൊരു തൊട്ടിൽ. അലങ്കരിക്കപ്പെട്ട തൊട്ടിൽ. പാതി വിടർന്നൊരു സൗഗന്ധിക പൂ പോലെ ഒരു കുഞ്ഞ്. വേലക്കാരിയെന്ന് തോന്നിച്ച ഒരുവൾ അടുത്തെത്തി നീലുവിനോട് പറഞ്ഞു, ടൈം ഫോർ ബേബിസ് മിൽക്ക്. പഞ്ഞിപ്പെട്ടിയിൽ പുതച്ചുറങ്ങുന്ന ഇളംചൂടുള്ള മുലക്കുപ്പിയുടെ മാറും ചുണ്ടും മൂടി കവർ നീക്കി അവൾ കുഞ്ഞിന്റെ ചുണ്ടു സ്പർശിച്ചു. നിപ്പിളിന്റെ മൃദുസ്പർശത്തിൽ കുഞ്ഞു വാപൊളിക്കുന്നു. കണ്ടുനിന്ന നീലുവിന് തന്റെ മാറിടം തരിക്കുന്നു. ഒരു

നേർത്ത ലജ്ജ പാലിനുമേൽ പാടപോലെ അവളുടെ മുഖത്ത് പരക്കുന്നു.

'ഗുഡ് ഡേ മൈ ഗേൾ' എന്നു പറഞ്ഞ് വേലക്കാരി മെല്ലെ കതകു ചാരി പുറത്തേക്ക്.

ഇങ്ങനെ വിടർന്നു വാടിപ്പോയത് എത്ര ദിനങ്ങളാണ്. മറ്റൊരു ഹാളിലെ ഹോം തിയറ്ററിൽ കേറി കുട്ടിയുറങ്ങുന്ന നേരത്ത് വല്ലപ്പോഴും തനിക്ക് ഒരു പാട്ടുകേൾക്കാം, ഒരു പഞ്ചാബി പടം കാണാം, ഒരു കച്ചേരി കേൾക്കാം. ഒന്നിനും മനസ്സിറങ്ങുന്നില്ല. നഴ്സറി റൂമിന്റെ കതകും ലിവിങ് റൂമിന്റെ കതകും തുറന്നിട്ടാലും മതി. പക്ഷേ രണ്ടു ചാരിയിട്ട നിലയാണ്. അവൾ ഒരു അനിശ്ചിതാവസ്ഥയിലായി. ആഹാരം മറുവശത്തൊരു ടേബിളിൽ അടച്ചുവെച്ചിട്ടുണ്ട്. അപ്രത്യക്ഷയാവും മുമ്പ് മെയ്ഡ് ചൂണ്ടിക്കാട്ടി.

‘‘എന്തു വേണേലും കഴിക്കാം.’’

അവൾ ഉർദു പറയുന്നതു കേട്ടപ്പോൾ നീലുവിന് പാതി ശ്വാസം കിട്ടി. കാഴ്ചയിലും വേഷത്തിലും അവൾ ഒരമേരിക്കത്തി. എന്നാലും വാക്കിന്റെയൊരു ശക്തി!

കാഴ്ചബംഗ്ലാവിൽ അടക്കപ്പെട്ടവളെന്നപോലെ അവൾ അകത്തെ മുറികളിൽ ചുറ്റി നടന്നു, കൊട്ടുവാ ഇട്ടു. അപ്പനുമായി മൗനസംഭാഷണം നടത്തി. അവൾ നട്ടുവളർത്തിയ പൂവാടിയിലിറങ്ങി പൂമ്പാറ്റയ്ക്കൊപ്പം പറക്കുകപോലും ചെയ്തു.

എന്നാൽ എങ്ങുപോയ് മറഞ്ഞെന്റെ പകലിരവുകൾ?

എന്റെ ഭൂമിക്കും ആകാശത്തിനും പുൽത്തകിടികൾക്കും നീലവാനത്തിനും പച്ചച്ചമേടുകൾക്കും എന്തുപറ്റി?

വിശപ്പിനും രുചിഭേദങ്ങൾ അറിയാതായി.

‘‘ചോറുവേണോ? ചപ്പാത്തിവേണോ?’’

മുൻകൂട്ടി വേലക്കാരി ചോദിക്കും. ‘‘എത്രയെണ്ണം?’’ അടുത്ത ചോദ്യം ‘‘കുടിക്കാനെന്താ?’’

‘‘വെള്ളം.’’

‘‘ഐസ്ഡ്?’’

‘‘അല്ല, പച്ചവെള്ളം.’’

അവൾ അതിഥിയെ നോക്കിച്ചിരിച്ചു.

ബോട്ട്ൾഡ് എന്നു പറഞ്ഞ് മേശമേൽ നിരത്തി.

രക്ഷപ്പെടാൻ ഒരു നിർവാഹവുമില്ല. വടക്കുപടിഞ്ഞാറ് വനമൂലയിൽ സദാസമയവും നാലു മിനിറ്റ് ഇടവെച്ച് പൂക്കുറ്റിപോലെ വെള്ളി

ച്ചിറകുള്ള മഴപ്പാറ്റകളുടെ ഗതിവേഗത്തിൽ വിമാനങ്ങൾ. അമ്പമ്പോ, ലോകത്തിന് ഇവയെ ഉൾക്കൊള്ളാനുണ്ടോ ഇടം? യുദ്ധകാലം വരുക യാണോ? പണ്ടു ഗ്രാമത്തിൽ ചിറകുവീശിപ്പറന്നിരുന്ന കാലത്ത് വീട്ട മ്മമാർ ആകുലതയേറെ ആഴ്ത്തിവെച്ച മിഴികൊണ്ട് ചോദിക്കുമായി രുന്നു.

ഏകാന്തതയിൽ അവൾ ഉണർന്നു കിടക്കുന്ന കുഞ്ഞിനെ കാണിച്ച് കിലുക്കാംപെട്ടി മെല്ലെ ചലിപ്പിച്ചു. നൃത്തം ചെയ്യുന്ന പാവയെ പിരി കൂട്ടി വിട്ടു. ഒരു സംഗീതവും വീട്ടകത്തു വീശുന്നുണ്ട്. ശ്വസോച്ഛ്വാസം പോലെ. പുറത്തൊരു ഗാർഡനുണ്ടാവുമോ ഇല്ലയോ എന്ന് പലകുറി ചിന്തിക്കുന്നു. ജനൽ തുറക്കാൻ വയ്യ. നെറ്റ് അഴികൾ ചില്ല് നിൽക്കു ന്നതിനു പിറകെ കറുത്തൊരു ശീലയും. ഇങ്ങനെയൊരു പെട്ടിയിൽ താൻ നിർഭാഗ്യവശാൽ അകപ്പെട്ടതോ? എന്നാൽ മുൻ കതകിൽ മെല്ലെ ഉരുമ്മി പല പാഴ്സലുകൾ താഴെ കാർപ്പെറ്റിൽ വീഴുന്നുണ്ട്. 'പോസ്റ്റ്'.

ഒരു ദിവസം ഒരു കൂട്ടം ചായം തേച്ച മുഖങ്ങൾ കണ്ണാടിച്ചില്ലിൽ മുഖം ചേർത്ത് ആർത്തു ചിരിക്കുന്നു. എന്തോ പറയുന്നു. പിറകു വാതിലിലൂടെ എത്തിയ വേലക്കാരി പൂമുഖക്കതക് തുറന്നു മലർത്തുന്നു. പുറത്ത് മറ്റൊരു ലോകം, പുൽത്തകിടിയിൽ പഞ്ചവർണ ശലഭച്ചിറകു കൾ കമഴ്ന്നു കിടക്കുന്നു. തൊട്ടു മതിലിനോട് ചേർന്നുനിൽക്കുന്ന മൾബറി മരങ്ങളുടെ തൂവലുകൾ. അറ്റുവീണ നക്ഷത്രങ്ങൾ.

''ഹെല്ലോ വീൻ! ഹാപ്പി ടു സീ യു ഓൾ, പ്രറ്റി, പ്രറ്റി! ഗേൾസ് വെല്കം ടു യു.''

ഹെല്ലോ വീൻ എന്നതിന് അർത്ഥം പൊട്ടിയാട്ടൽ അഥവാ തിന്മ കളുടെ മൂർത്തി കലിച്ചി ദമ്പതികളെ പറഞ്ഞുവിട്ട ആട്ടിവിടൽ.

ഹാ...ഹാ...ഹാ ഏഷ്യക്കാരിയായി ഒരുവൾ കുഞ്ഞുങ്ങൾക്ക് പിറകെ, നിറഞ്ഞ വായിൽ ചിരിയുമായി.

അതിശയം ഏതു നാട്ടിലും പൊട്ടിപ്രേതം ഉണ്ട്. ബാരക്കുകളിൽ ചിലർ ഈ ദിനത്തിൽ പ്രേതങ്ങളെ (പെൺ) വിചിത്ര വേഷം ധരിപ്പിച്ച്, പുൽത്തകിടിയുടെ ഞെരമ്പ് നടപ്പാതകളിൽ അറ്റം കൂർപ്പിക്കപ്പെട്ട കമ്പിനു മേൽ തറച്ചുവെയ്ക്കാറുണ്ട്. തൊട്ടുമുമ്പിലായിരുന്നു വെള്ള ക്കാരിയവേട്ട കേണൽ സാബിന്റെ ചെറിയ ബംഗ്ലാവ്.

കുട്ടിക്കൂട്ടത്തിന്റെ പിറകിൽനിന്ന് ചങ്ങാതികളെന്ന് തോന്നിപ്പിക്കുന്ന വിചിത്രവേഷം ധരിച്ച ഒരു പെൺകൂട്ടം. അവരിലൊരാൾ കുഞ്ഞുങ്ങ ളുടെ ചിരിമുഖങ്ങളും ഉയർത്തിപ്പിടിച്ച കൈകളും വകഞ്ഞ് അകത്തേക്കു പ്രവേശിക്കുന്നു. കതകിനു തൊട്ട് ഒരു പീഠത്തിൽ ഒരുക്കിയിരുന്ന കെയ്ൻ ബാസ്കറ്റിൽനിന്നും വാരിയെടുക്കപ്പെട്ട പലതരം മിഠായി കുഞ്ഞിക്കൈകളിൽ ശ്വാസം മുട്ടി നിന്നു.

ഇലപൊഴിയും കാലത്തെ കാറ്റുപോലെ ശീഘ്രഗതിയിൽ അവർ ഒഴിഞ്ഞു.

പെണ്ണുങ്ങൾ പറഞ്ഞു.

''യു ലുക്ക് ബ്യൂട്ടിഫുൾ, മൈ ഗേൾ! വെരി ക്യൂട്ട്! ലുക്കറ്റ് ഹെർ ഐസ്, സീ ഹെർ ഹെവി ഹെയർ ആൻഡ് ബ്ലാക് റ്റൂ.''

നീലാംബരിയെ അവർ സ്ത്രീജനം വെള്ള വസ്ത്രത്താൽ അലങ്കരിച്ചു. മാറാല പോലെ, തൂമഞ്ഞുപോലെ ഒരുപാട് നീളമുള്ള സാരിയുടുപ്പിച്ചു. നീലുവിന്റെ എല്ലിച്ച നീണ്ട കൈകളെ നോക്കി അവർ ആക്രോശിക്കുന്നു.

''ഷീ ഇസ് ജസ്റ്റ് ലൈക്ക് എ സ്കെൽട്ടൺ.'' പട്ടാളബാരക്ക് നീലുവിനെ ഇംഗ്ലീഷ് പഠിപ്പിച്ചിരുന്നു. അവൾ തന്റെ വെളുത്തു നീണ്ട സുന്ദരമായ എല്ലിച്ചതല്ലാത്ത കൈകളുയർത്തി പരിശോധിച്ചു. പെട്ടെന്നുതന്നെ അവയെ ഒളിപ്പിച്ചു. തന്റെ വീട്ടമ്മതന്നെയാണ് അവളെ ഒരുക്കുന്നത് എന്നതിനാൽ ഒരക്ഷരം മിണ്ടിയില്ല, നീലാംബരി എന്ന ആയ.

പെണ്ണുങ്ങൾ ഏഷ്യക്കാരും യൂറോപ്യരും അടങ്ങുന്നതാണ്. എല്ലാവരെയും അമേരിക്ക മണക്കുന്നു. മുഖച്ഛായത്തിൽനിന്നും ചുണ്ടിൽനിന്നും നഖങ്ങളിൽനിന്നും ഉയരുന്ന ഗന്ധം. സൂപ്പർമാർക്കറ്റിൽ പോലും അതുണ്ട്.

വേലക്കാരി ഓരോ കപ്പ് കാപ്പി ട്രേയിൽ നിരത്തി കൊണ്ടുവന്നു. കുട്ടികളൊഴിഞ്ഞ ഹാളിലെ ടേബിളിൽ വെച്ചു. സന്തോഷം, എന്ന് ഒരു അതിഥി പറഞ്ഞു. അവരെല്ലാം നല്ലപോലെ മെയ്ക്കപ്പ് ചെയ്ത സുന്ദരികൾ. എന്നാൽ കണ്ണാടിയില്ലാത്തൊരു മുറിയിൽ അവർ തന്നെയൊരുക്കുകയാണ്. നീലു വിചാരിക്കുന്നു. നന്നായി.

അവസാനം കണ്ണാടി മറച്ചിരുന്ന സ്ക്രീൻ നീക്കപ്പെട്ടു.

''യു ആർ ഗ്രേയ്റ്റ്. സീ യുവർസെൽഫ്.''

പ്രേതം! പ്രേതം! ഒരു മുരൾച്ച അവളുടെ തൊണ്ടയിലേക്ക് ലാവ പോലെ തിളച്ചുയർന്നു. മുഖത്ത് ഒരു അസ്ഥിവദനത്തിന്റെ വെളുത്ത ഭസ്മരേഖ. നീണ്ട കൈകൾ കറുത്ത പെയ്സ്റ്റിനാൽ പുതപ്പിച്ച് വെളുത്ത എല്ലുകളെ രേഖപ്പെടുത്തിയിട്ടുണ്ട്. നീണ്ടു ഇടതിങ്ങിയ തലമുടിയെ ആകെ വെള്ളനാരുകൾ ചേർത്തു മെനഞ്ഞ ഒരു ക്യാപ് കൊണ്ടുമൂടി നാരുകൾ സമൃദ്ധമായി പിറകുവശത്തേക്ക് കോതിയിറക്കിയിട്ടുണ്ട്. കാർപെറ്റ് തൊടുന്നു തൊടില്ല എന്ന മട്ടിൽ.

വീണു പോകാതിരിക്കാൻ അവൾ തൊട്ടുനിൽക്കുന്ന കസേര കൈപിടിച്ചു. പാടില്ല ഇതൊരു പൊറാട്ട് നാടകമല്ലേ? ഗ്രാമത്തിൽ ദുർഗാ പൂജയ്ക്ക് തമാശക്കോലങ്ങളെയും ചായം തേച്ചു നിർത്താറില്ലേ?

ഒരു വലിയ പോഷ് കാർ വന്ന് അവളെയും പെണ്ണുങ്ങളെയും അത്യാഹ്ലാദത്തോടെ കൊണ്ടുപോകുന്നു. ഇരുളുന്ന കാടിന്നു തൊട്ടു മുമ്പിലെ വിശാലമായ പുൽത്തകിടിയിൽ ജനം നിറഞ്ഞിരിക്കുന്നു. വെളുപ്പും കറുപ്പും. കുഞ്ഞുകുട്ടി വൃദ്ധർ. വലിയ ശബ്ദമില്ലാത്ത പൂക്കുറ്റികൾ കാടിന്റെ അതിരിന് പുറത്തുനിർത്തീട്ടുണ്ട്. എല്ലാറ്റിനും മുന്നിൽ ഒരു നിർമിതി. വിചിത്രം. അതിൽ നിറയെ അസ്ഥികളുടെ വെള്ളച്ചായം പൂശിയ രൂപങ്ങൾ. മെല്ലെ ഉയരുന്ന പുക. ഒരു യാഗശാല.

പെണ്ണുങ്ങളും സംഘാടകരും അവളുടെ മുമ്പിൽനിന്ന് നിർദ്ദേശങ്ങൾ വഴിക്കു വഴി നൽകുന്നു.

''ഒരു വേഷം കെട്ടിയത് സമ്മതത്തോടെയാണല്ലോ.''

''അതെയേത.'' അവൾ ഉറച്ചവാക്കുകൾ നിരത്തുന്നു.

അവരെല്ലാം പകച്ചെന്നുതോന്നുന്നു. ചിരി കുറച്ച് അവർ പറഞ്ഞു,

''നോക്കൂ ഈ താലം കൈയിൽ പിടിക്കണം.'' ഭാരമേതും ഇല്ല. കത്തിയുയരുന്ന പുക, യഥാർത്ഥ പുകയല്ല. ഒരു യാഗശാലയാണെന്നു കരുതിയാൽ മതി. കാട് നേർ മുമ്പിൽ അർദ്ധവൃത്താകൃതിയിൽ വളഞ്ഞു നിൽക്കുകയാണ്. കൃത്രിമയാഗശാലകൾ പലതും പുൽത്തകിടിയിൽ ചിതറിക്കിടക്കുന്നു. മെല്ലെ പുകയുന്നു

തുടങ്ങാം.

ഇലക്ട്രിക് ലൈറ്റെല്ലാം മായുന്നു.

മേയ് മുപ്പത്തിയൊന്നിന്റെ തുറന്ന നീലാകാശത്തിൽനിന്നും ഭൂപ്രകാശം അമ്പേ അസ്തമിക്കുന്നു. അണിഞ്ഞൊരുങ്ങിയ രണ്ടംഗനമാർ അവളെ, വെട്ടിത്തെളിയിച്ചു മിനുക്കിയ കാട്ടുപാതയുടെ കുടുസ്സിലേക്കൊതുക്കുന്നു.

''പേടിക്കാനൊന്നുമില്ല.''

ഈ കാട്ടിലെ മൃഗങ്ങളെല്ലാം കാടു മാറിപ്പോയിരിക്കുന്നു. അവർ ദേശാന്തരം ചെയ്യുന്ന മാനുകളും അണ്ണാന്മാരും മാത്രമാണ്.

അവൾ മെല്ലെ തല കുലുക്കി.

മന്ദമായൊരു വെടി:

മുന്നോട്ടു നടന്നു.

പാതയുടെ മറുവശംവരെ നടക്കണം. അത് മൈതാനത്തിലെ ജനക്കൂട്ടത്തിലവസാനിക്കും.

അവൾ പ്രേതമായി പ്രേതംപോലെ നടന്നു. ചുമൽ ചുറ്റി ഒരുക്കിയിരുന്ന ചേലച്ചുറ്റുകൾ ഓരോന്നു തൂങ്ങിയാടി തറയിലെ ചവറ്റിലകളിൽ പതിച്ചു.

കാലെകരത്തിൽനിൽക്കുന്ന വൃക്ഷങ്ങൾ അവൾക്കും ജനക്കൂട്ടം നിറഞ്ഞ പുൽത്തകിടിക്കും ഇടയിലെ പന്തലായി. അവൾക്കവരെയും (വേണമെങ്കിൽ) അവളെയും കാണാം. ചെറിയ കതിനക്കുറ്റികൾ പൊഴിക്കുന്ന ഇന്നൊരു ദിനാന്തത്തിലേക്ക് സ്വാതന്ത്ര്യം കിട്ടിയ പുകച്ചുരുളുകൾ വനാന്തരത്തിലേക്ക് പാമ്പുകൾപോലെ ഇഴഞ്ഞു കയറി. പ്രേതലോകം ഒരു നാഗലോകമായി മാറുന്നു.

താനൊരു പ്രേതം തന്നെയാണെന്നും അവൾക്ക് ബോദ്ധ്യമാവുന്നു. നിർണ്ണയിക്കപ്പെട്ട പാതയിൽനിന്ന് കാന്താരത്തിനകത്തേക്ക് നീളുന്ന ഒരു 'ഹണ്ടേഴ്സ് പാത്തി'ലേക്ക് അവൾ ദിശ തിരിച്ചു. ■

പൊൻചെമ്പകപ്പൂക്കൾ

ശീതിച്ചു കുളിരുന്ന കാട്ടുപുഴയെ ഉണർത്തി പുഴയിറങ്ങിക്കടന്നു. അന്തിയിരുട്ടിന്റെ കറുപ്പും തീരത്തെ പൊന്തകളുടെ കറുത്ത മുടിച്ചാർത്തും ഒരുപോലെ കറുത്തിരിക്കുന്നു. വഴുക്കുന്ന കാട്ടുകല്ലുകളിൽ പാദങ്ങൾ തപ്പിത്തടഞ്ഞു.

പൊന്തകൾ പിൻവാങ്ങി. സന്ധ്യയുടെ മങ്ങൂഴത്തിൽ വിടർന്നു കിടക്കുന്ന വയൽ. പച്ചനെൽക്കതിരിന്റെ പൂമണം അലിയുന്ന കാറ്റ്. കാട്ടിൽ നിന്ന് പിറന്നുവീണ് അന്തിച്ചുകിടക്കുന്ന ഒരു ശിശുവിന്റെ പാതി മറഞ്ഞ മുഖം ആകാശത്തിൽ.

ഇന്നലെ വാവായിരുന്നു. പെൺകുട്ടിയുടെ ഭർത്താവ് വീതിയുള്ള വരമ്പേറിയപ്പോൾ അവളുടെ കൈവിട്ടു. പിന്നെ ഒരാൾ നടപ്പാത. മുമ്പും പിമ്പിലുമായി നടന്നു. നിഴലില്ല. വഴുതി വീഴില്ല. നിറയെ ദാഹം ശമിച്ച് മതിവന്നു കിടക്കുന്ന വയൽമുഖത്തൂടെ നേർത്ത കാട്ടുകാറ്റുവീശി. ഒരു തുടക്കക്കാരനെപ്പോലെ. രാവു മുഴുവനും ഗാർഡ് പണി എടുക്കേണ്ടവനാണെന്ന ഭാവം.

വെള്ളറൊടി താഴ്വരയുടെ വീതി കുറഞ്ഞ അരക്കെട്ടിൽ അരഞ്ഞാണം പോലെ ഒരു തോട് കിടപ്പുണ്ട്. ഇരട്ടക്കമുകുപാലം. നേർത്ത നിലാവിന്റെ പുഞ്ചിരി നൽകിയ ആശ്വാസത്തോടെ വേലിപ്പടർപ്പിലെ മുളംഗേറ്റ് മലർക്കെ തുറന്നിട്ടിരിക്കുന്നു. കാലൊച്ച കേട്ട് മുളംകുറ്റിയുടെ മേൽ വയലിനെ സൂക്ഷിച്ചു നോക്കുന്ന ഒരു രാക്കിളി പറന്നു. രാവിന്റെ താളമായി നനുത്ത ചിറകടി. കൊള്ളിൽ ഉയർന്നുനിൽക്കുന്ന പാലമരക്കൊമ്പിലിരുന്ന് അത് രാഗവിസ്താരം തുടങ്ങി. പാലയ്ക്ക് പൂക്കാലം. കാറ്റ് മധുരിച്ചു.

ഒരു കുഞ്ഞുകുടിലിന്റെ ഉയരത്തിൽ മെനഞ്ഞ ഉമ്മറത്ത് അന്തിവെളിച്ചം. ഇപ്പോഴും കത്തിത്തീരാത്ത തിരികൾ ഞങ്ങളെ പ്രതീക്ഷിച്ചു നോക്കുന്നു. മുറ്റത്തെ മുല്ലത്തടത്തിൽ അപ്പോൾ കണ്ണുമിഴിച്ച പൂക്കൾ സന്തോഷത്തോടെ മിഴിവിരിക്കുന്നു.

കരിമെഴുകി കറുത്ത മാർബിൾ പോലെ മിന്നുന്ന ചുമരും തറയും നിറം മങ്ങിയ മുറ്റവും ഒരേ ആകാശത്തിൽനിന്ന് മുറിച്ചെടുത്തു പണിത ശില്പിയെ മനസ്സ് സ്തുതിച്ചു.

വീടിന് വലതുവശം, അല്പം പുറകോട്ട് മാറിനിൽക്കുന്ന കൂറ്റൻ വൈക്കോൽത്തുറു പുരയെക്കവച്ച് ഉയർന്നു. ഞങ്ങളുടെ പരിചയക്കാരനായ കർഷകൻ. ഗൃഹനാഥൻ. അദ്ദേഹം നഗര വിദ്യാലയത്തിൽ ഹൈസ്കൂൾ വിദ്യാർത്ഥിയായിച്ചേരാൻ വീട്ടിൽ വന്നത് പിൽക്കാലത്താണല്ലോ.

ഇന്നവൾ ശൈശവം കഴിഞ്ഞു കുട്ടിപ്പാവാട ധരിച്ചിരിക്കുന്നു. രണ്ടാമത്തെ ശിശു ഉമ്മറത്തോട് ചേർന്ന്, അറയിൽ ചൂരൽത്തൊട്ടിലിൽ ഉറക്കമാവുന്നു.

അടുക്കളത്തീവെളിച്ചത്തിൽ വീട്ടമ്മ വിരിഞ്ഞുയർന്നു. ഒരു മെലിഞ്ഞ പിച്ചകപ്പൂപോലെ. നേർത്ത കഴുത്ത്. കഴുത്തിലൊരു കറുത്ത ചരട്. ചരടിൽ പൊൻതാലി നക്ഷത്രം. ചുണ്ട് ചിരിക്കുന്നു. മുഖം ചിരിക്കുന്നു. ഉയിരും തടിയും മന്ദഹസിച്ചു നിൽക്കുന്നു.

ഇങ്ങനെയുണ്ടാവുമോ ഒരതിഥിയും ഭവനവും?

തിരിവെളിച്ചത്തിൽ ഒരു ഗ്യാസ്ലൈറ്റ് പമ്പ് ചെയ്തുകൊണ്ട് ഗൃഹനാഥൻ പറയുന്നു. ഈയൊരു വിളക്കുവേണം ഞാറുനട്ട് കതിരുകൊയ്യും വരെ. പന്നിക്കൂട്ടത്തിന് ഈ പ്രകാശം ശത്രുവാണ്. ചുറ്റുമുള്ള കൊടുംവനത്തിൽ, അവറ്റ ഇരുട്ട് വീഴാൻ കാത്തുനിൽപ്പുണ്ട്. ദൂരെ വനഗർഭത്തിൽനിന്ന് ഒരു കാട്ടാനയുടെ ചീറ്റൽ ശരിവച്ചു. മുറ്റത്തെ മരക്കൊമ്പിൽ വയലിനെ നോക്കിയിരുന്ന ഏതോ കാട്ടുകിളി ചിറകടിച്ചു പറന്നുപോയി.

വീണ്ടും നിശ്ശബ്ദരാത്രി. തെളിഞ്ഞ താരങ്ങൾ മാന്യമായ മൗനം പാലിക്കുന്നു.

ഗൃഹനാഥൻ പറഞ്ഞു.

‘‘എടോ, നീയ്യ് നോക്കി നിൽക്കാ? എന്തെങ്കിലും കഴിക്കേണ്ടെ.’’

ലക്ഷ്മി എന്ന വീട്ടമ്മ തിരിഞ്ഞു നോക്കുന്നു. അടുക്കളകതക് മലർക്കെ തുറന്നുകിടന്നു. രണ്ടടുപ്പ് അടുത്തടുത്ത് വിടർന്നു നിൽക്കുന്ന വിറകടുപ്പ് ആനന്ദമൂർച്ഛയിൽ മെല്ലെ ഞരങ്ങുന്നു. വീട്ടമ്മയുടെ മുഖം സർവ്വദളങ്ങളും വിടർത്തി ശോഭിക്കുന്നു.

അവർ എന്നോട് കൈകാൽ കഴുകി ഉടുപ്പുമാറ്റണോ, ഒന്നൂടി കുളിക്കണോ എന്ന് സംശയത്തോടെ ചോദിക്കുന്നു.

‘‘കുളിമുറിയിൽ അടുപ്പത്ത് വെള്ളം ചൂടായിക്കിടപ്പുണ്ട്.’’

‘‘വേണ്ട. ഞങ്ങൾ ഗസ്റ്റ് ഹൗസിൽ കുളികഴിച്ചു.’’

''ഗസ്റ്റ്ഹൗസിലോ? നിങ്ങൾ ഇവിടെ ഞങ്ങളുടെ അതിഥി. ഇവിടെ ഒരു മുറിയും കട്ടിലും മെത്തയുമുണ്ട്. ഇന്നാട്ടിലെ കൃഷിക്കാരാരും അറയ്ക്കകത്ത് അടച്ചുപൂട്ടി ഉറങ്ങുകില്ല.''

''ഈ തണുപ്പിൽ?''

''തണുപ്പിലാണല്ലോ, ഞങ്ങടെ വിള. ഞങ്ങടെ എല്ലാ സമ്പത്തും. വീട്ടകത്തെന്തിരിക്കുന്നു? ഒരു പത്തായത്തിൽ കുറച്ചരി. മച്ചുമ്മല് പുഴുങ്ങി വിരിച്ച നെല്ലും. വിത്ത് അതിന്റെ പത്തായത്തിൽ.''

അറയ്ക്കകത്തെ ജീവിതം വെടിഞ്ഞ ദമ്പതിമാർ നെല്ല് അറയിലാവും വരെ കോലായത്തിണ്ടിൽ വിരിച്ചുകിടക്കും. ഗൃഹനാഥന് കിടപ്പേയില്ല, രാവിൽ. നിറവയലിന്റെ വരമ്പിലൂടെ നീളെ ഉലാത്തും. കൈകാലുകൾ വിശ്രമിപ്പിക്കാൻ വയലോരത്തെ ഉയർന്ന വൃക്ഷത്തിന്റെ കവരത്തിന്നു മേൽ പുതുതായി നിർമ്മിക്കപ്പെടുന്ന പന്തലും പായും മെത്തയുമുണ്ട്. പുതയ്ക്കരുതെന്ന് പ്രമാണം. ഗൃഹനാഥൻ കാവലിന്നില്ലെങ്കിൽ പണിക്കാരനും സഹവർത്തിയാവില്ല.

ഒരറയുള്ളത് കതക് തുറന്ന് ഞങ്ങളെ കാത്തുനിൽപ്പാണ്. അകത്ത് വലിയൊരു കട്ടിലും മെത്തയും ഉണ്ടെന്ന് ഉമ്മറത്ത് ജ്വലിക്കുന്ന ഗ്യാസ് ലൈറ്റ് പറയുന്നു. അറയ്ക്കകത്ത് ഒരു മൂലയിൽ ദൈവവും കൂടെ നിലവിളക്കിലൊറ്റത്തിരിയും, മെല്ലെ ധ്യാനിക്കുന്ന ചന്ദനത്തിരിയുടെ നറും ചിന്തയും മുമ്പിലെ താലത്തിൽ നിറയെ.

വീട്ടുകാരി ക്ഷണിക്കുന്നു.

''അത്താഴം ഉണ്ടാവുന്നു. കൈയും കാലും മുഖവും കഴുകി വന്നിരിക്കൂ.'' അടുക്കള വലുതാണ്. ഒരറ്റത്ത് രണ്ട് മിനുമിനുത്ത പലക. മുമ്പിൽ തളികകൾ.

അടുപ്പുരണ്ടും വിരിഞ്ഞ് ജ്വലിക്കുന്നു. വിറക് മന്ത്രിക്കുന്നു.

ഗ്യാസ് ലൈറ്റ് കൂരയിൽ തൂങ്ങുന്ന കമ്പിയിൽനിന്നിറങ്ങി അടുക്കള വാതിലിൽ പ്രത്യക്ഷപ്പെടുന്നു. ഒറ്റവിളക്കും ഒരടുപ്പും അതിലെ ഗൃഹസ്ഥനും ഗൃഹലക്ഷ്മിയും കുടിൽ നിറയെ ഐശ്വര്യം നിറയ്ക്കുന്നു.

എണ്ണ മിനുക്കിയ വലിയ തട്ടിൽ ദോശ നറുമണം വീശുന്നു. നല്ലെണ്ണയിൽ മൊരിച്ച് നെയ്യുകൊണ്ട് സുഗന്ധം പൂശിയ പുളിപ്പേറാത്ത ദോശ. ഈ മണ്ണിന്റെ ഗോരോചനം പൂശിയ ഹൃദയത്തിലലിയുന്ന അത്താഴം. ഒഴിക്കാൻ സാമ്പാറ്, തൊട്ടുകൂട്ടാൻ കണ്ണിമാങ്ങാക്കറി, കാട്ടുമാങ്ങയുടെ സുഗന്ധവും രുചിയും.

വെള്ളിത്തളിക നിറയെ പൂത്തു ദളം വിടർത്തുന്ന പൊൻചമ്പകപ്പൂക്കൾ ഗൃഹനാഥൻ വിളക്കിൽനിന്നകലെ വെച്ചു.

''വൈകുന്നേരം കാട്ടിൽ പോയി. കന്നുകളെ തെളിച്ചു കൊണ്ടുവരാൻ!'' അദ്ദേഹം പുഞ്ചിരിയോടെ പറഞ്ഞു.

ഞങ്ങൾ കൗതുകത്തോടെ പൂത്താലത്തെ നോക്കിയിരുന്നു.

''കേട്ടിട്ടേയുള്ളൂ, പൊന്നിന് സുഗന്ധംപോലെ എന്ന്.''

അതെയെന്ന് വീട്ടമ്മ.

പിറ്റേന്ന് പുലർന്നാണുണർന്നത്. കീഴെയകലെ, കടൽത്തിര. നഗരത്തിൽ പള്ളിയിലെ ബാങ്കുവിളി കേൾക്കുമ്പോൾ ഉണരണം. പ്രാതലും ഉച്ചയൂണും അപ്പഴേ ഒരുക്കാൻ തുടങ്ങണം. ഡബ്ബയിലാക്കി ജീവിതം യാത്രയാരംഭിക്കുന്നു. വെള്ളിക്കോലിൽ തൂങ്ങിയാടി, ഇടതൂർന്ന സിറ്റി ബസ്സിൽ.

ഇപ്പോൾ സ്വാതന്ത്ര്യം. വേനലവധിയുടെ പരോളിലാണ്. തിളപ്പിച്ച ചക്കരക്കാപ്പിയുടെ ജീവഗന്ധം ഇരുട്ട് അകന്ന അറയുടെ വാതിലിൽ മുട്ടി വിളിക്കുന്നു.

വീട്ടമ്മ പറഞ്ഞു.

''ഉണർന്നു പല്ലുതേയ്ക്കൂ. കുറച്ച് കഴിഞ്ഞ് കുളിക്കാം.''

രാത്രി കടുംതണുപ്പായിരുന്നു. അവരുടെ മെലിഞ്ഞ ശരീരത്തെ മറപ്പിക്കുന്ന ശബ്ദദാർഢ്യം. ശൈത്യത്തിലെ കുളി. തിലകം.

കുടുംബത്തിന്റെയും ചെറുമക്കളുടെയും കിടപ്പ് വരാന്തയിൽത്തന്നെ. പാതിരാവിനെ ഒന്ന് മുഖം കാണിക്കാനുണർന്നപ്പോൾ കാവൽ കഴിഞ്ഞ വീട്ടുകാരൻ മുറ്റത്ത് കേറി തലയിൽച്ചുറ്റിയ മഫ്ളർ അഴിക്കുന്നു.

''ഇന്നലെ രാത്രി പന്ന്യോൾടെ ശല്യം കൂടി. അവറ്റ നിത്യേന പെറ്റു പെരുകുന്നു. ഇപ്പോൾ വേട്ടക്കാരൻ ജോസഫ് സ്ഥലത്തില്ലെന്ന് അവറ്റോൾക്കറിയാം.''

വരുംവഴിക്ക് പറിച്ചെടുത്ത ഒരു താലം നിറയെ പുതുചമ്പകപ്പൂക്കൾ നടുമുറിയിൽ മറഞ്ഞിരുന്നു പരിമളം പൊഴിക്കുന്നു. കണ്ണാടി ഫ്രെയിമിന്നകത്തെ ദേവന്മാർ തുറന്ന് പുഞ്ചിരിക്കുന്നു. കൺമഷിക്കൂടും കുങ്കുമച്ചെപ്പും പെണ്ണുങ്ങളെക്കാത്തിരിക്കുന്നു.

അന്നത്തെ ഓർമ്മയ്ക്കായി ഞാനെന്റെ ചെറുകൂടയിൽ കുറെ മൊട്ടുകൾ ശേഖരിച്ചു.

താഴ്‌വരയിലെ നഗരച്ചൂടിൽ അവ കൺമിഴിക്കില്ലെന്ന പേടിയോടെ, ഞങ്ങൾ പണിത കാട്ടിലെ വീട്ടുമുറ്റത്തിപ്പോഴും അതിമ്ലാനതയിൽ. ശൈത്യസുഖത്തിൽ. ■

സ്മൃതി

എയർപോർട്ടിലിറങ്ങി ഗ്രൗണ്ട് തൊടുംമുമ്പ് വീൽച്ചെയർ.

''വേണ്ടായിരുന്നു.''

''വേണം അപ്പച്ചാ, ബുക്ക്ഡ്.''

മത്തായി എബ്രഹാം എന്ന യു.എസ്. പ്രജ എയർഹോസ്റ്റസിന്റെ മുഖത്ത് നോക്കി താങ്ക്സ് പറഞ്ഞു.

''ഒ.കെ. അങ്കിൾ തനിച്ച് ഗ്രാമത്തിലേക്കു പോകുമോ?''

ഇപ്പോ എവിടെയും റോഡും ഹൈവേയും ഉണ്ട്. ഏത് മലമൂട്ടിലേക്കും? ഇപ്പോൾ ഗ്രാമമില്ല, കുന്നുമില്ല.

വണ്ടിയുന്തുന്ന സ്റ്റാഫ് മത്തായിച്ചന്റെ കൈകാലുകൾ അതിർത്തിക്കകത്തുവെച്ചു. ഉഷ്ണകാലം. ഉരുക്കം. ആരോ ഒരു സ്റ്റീംബാത്തിലെറിഞ്ഞു കതകടച്ചപോലെ.

''ആരെങ്കിലും വെയിറ്റ് ചെയ്യുന്നുണ്ടോ?''

''ഇല്ല. വേണ്ട.'' അപ്പോൾ സ്മൃതിയുടെ കിളിച്ചൊല്ല്. ''ഗ്രാൻപാ, നാടിന്റെ ചൂരടിച്ചപ്പോ ഞാൻ കൂടെയുള്ളത് അറിഞ്ഞു അല്ലേ?''

മത്തായിച്ചൻ തിരിഞ്ഞു നോക്കാതെ, മുമ്പിൽ ചൊടിയോടെ നീങ്ങുന്ന സഹയാത്രികരുടെ പിന്നാമ്പുറം കണ്ടു. പലതരം ബാഗ്, പല ഭാഷ. പല വേഷം. തളർച്ച എല്ലാത്തിനേം, മൂടി. വീടെത്തിട്ട് കണ്ണു തുറന്നാ മതി.

ഗ്രൗണ്ടിന്നങ്ങേത്തലയ്ക്ക് ഉഷ്ണക്കടൽ ഇളകുന്നു. അലകളിൽ കേരമരങ്ങളുടെ സ്ഥാനത്ത് സിമന്റിൽ പുത്തൻ മാളികകൾ, ചതുരങ്ങൾ, പെട്ടികൾ, മിന്നാരങ്ങളായി ഒന്നുമില്ല. അതിനുമപ്പുറം മീതെ വേനൽപ്പക്ഷികൾ. അവയ്ക്കിറങ്ങാൻ ലാന്റിംഗ് സൗകര്യമില്ല. വീൽച്ചെയറിൽ നിന്നിറങ്ങി. മറ്റൊരു നന്ദി.

പിന്നെ തിളച്ച വെയിലിലിലൂടിറങ്ങി നടന്നു പുറത്തേക്ക്. ജംഗ്ഷനിൽ ഒരു ടാക്സി തിരിച്ചു പോകാനൊരുങ്ങുന്നു. മത്തായിച്ചന്റെ കയ്യിലൊരു

ഹാന്റ് ബാഗ് മാത്രം. പ്ലസ് പ്രായക്കൂടുതലും. മടക്കവണ്ടിക്കല്പം കൂലി ക്കുറവ് കിട്ടും. മത്തായിച്ചൻ പറഞ്ഞു.

തന്നത്താൻ കാത്തുനിൽക്കാനൊരാൾ.

ഗ്രാമത്തിന്റെ പേര് - പറഞ്ഞില്ല, മറന്നുമില്ല.

മലനിരകളിലേക്ക് പോകുന്ന ബസ്സുകൾ നിർത്തുന്നതെങ്ങോ അവിടെ. നമുക്കിപ്പൊ കൂടുമാറ്റവും അത്താണികളും എന്നും മാറിക്കൊണ്ടിരി ക്കുന്നു. പണക്കാലം.

പഴയതു വിട്ടുകളഞ്ഞു, പുത്തൻ വലുതിലേക്കു കൂടി മാറ്റം. നഗരാ തിർത്തിയിലെ വെളിമ്പറമ്പിൽ, മണ്ണും കല്ലും മാന്തുന്ന യന്ത്രങ്ങൾ. ഒരു നിര.

വണ്ടിക്കാരൻ, ''അപ്പച്ചാ, പണമേതെല്ലാം വഴിക്കാ ഒഴുകിയെത്തു ന്നത്? ഇനിയൊരു പഴുത് ഉണ്ടാക്കീട്ടുവേണം. ഇപ്പോഴത്തെ ഉരുൾപൊട്ടൽ അങ്ങ് ശമിച്ചോട്ടെ. വരും വരും, എന്നും വരുമെന്നും ഞങ്ങൾ കാത്തി രിക്കുന്നു. അരിക്ക് ലിറ്ററിന്നു നൂറുവരും എന്നാണ്. ഉണ്ണാതൊക്കുമോ? വിലയേറിയ അന്നമുണ്ട് അതങ്ങു വേർപ്പിച്ചു കളയാൻ ഞങ്ങക്ക് പ്രാന്തുണ്ടോ? അദ്ദോണ്ട് എ.സി. വണ്ടീത്തന്നെ സഞ്ചാരം. നിലം തൊടാനാർക്കും മനസ്സില്ല, സ്വാതന്ത്ര്യം.''

മത്തായിച്ചനു രസിച്ചു. പുറകിൽ സ്മൃതിയുടെ കിലുക്കും ചിരി. ഒരു മാറ്റവുമില്ല. കുഞ്ഞുമോൾക്ക് പ്രായം കൂടുന്നില്ല. ഒരു കണക്കിനു നന്നായി. ഒരു കണക്കിന് ചെറുപ്പക്കാരുടെ ഒരു ചിരി കേൾക്കുകയും കാണുകയും ചെയ്യുന്നത് ദൈവാനുഗ്രഹമാണ്. ചിരി കാണുന്നില്ല. കേൾവി അതും തരാക്കുന്നു. കർത്താവേ, ഞാൻ നിന്നെ ഈയിടെ യായി കൂടുതലായി ഓർമ്മിക്കുന്നു.

''അങ്കിൾ, ദാ ബസ്സ്റ്റാന്റ്.''

''അകത്തു ചെന്നു നിർത്താമ്പറ.''

''അതെ.''

ഡ്രൈവർ കരുതലോടെ വണ്ടി, ജനക്കൂട്ടത്തിനിടയിലൂടെ കോർ ക്കുന്നു.

അറബിയുടെ ഒട്ടകം സൂചിക്കുഴലിലൂടെയും കടക്കും. പൊൻസൂ ചിയായാൽ എവിടെയും കേറിച്ചെല്ലാം. ഒട്ടകത്തിനും നൂഴാം.

എന്തായിരുന്നു ബസ്സിന്റെ നിറം. നാലുകൊല്ലം മുമ്പ് പുത്തൻ വണ്ടിയായിരുന്നു. പിൻചില്ലിന്റെ മുറ്റത്തെ ചുകന്ന പൂങ്കുലയും രണ്ടു നീലിച്ച പൂമ്പാറ്റയും. എനിക്ക് ചെകിടോർമ്മയില്ലെന്നു ആരേ പറഞ്ഞത്? മക്കൾ. ഓർമ്മ വായിച്ചു ഡ്രൈവർ പറഞ്ഞു, ''പഴയ ഓർമ്മവച്ചു വണ്ടി

പരതേണ്ട. മുതുകെല്ലിനു തളർച്ച പറ്റുവരേയ്ക്ക് ഓടിയിരുന്ന വണ്ടികൾ ഇപ്പോഴില്ലച്ചായാ. പുതുപുത്തൻ എ.സി.യുമുണ്ട്. ഞാൻ കണ്ടുപിടിച്ചു തരാം.''

''വേണ്ട. എ.സിയിൽ നിന്നും പുറത്തിറങ്ങാനാ ഞാൻ ഇങ്ങോട്ടു വന്നത്. നമ്മുടെ നാടൊട്ടുക്കു എ.സിയാണെന്നു പറഞ്ഞാ പേരക്കിടാങ്ങൾ വിശ്വസിക്കില്ല. കാറ്റിലൗഷധം. അതുകൊണ്ടാൽ മരുന്നും വേണ്ട.''

ഇപ്പോൾ വണ്ടിക്കാരൻ ചിരിക്കുന്നു.

''അപ്പച്ചൻ പഴയ വേദം ചൊല്ലുകയാണ്. പുതിയ വേറൊന്ന്.''

വണ്ടിയൊന്നു തയ്യാറായി ഗേറ്റിനടുത്ത് വാതുറന്നു നിൽക്കുന്നു ഭാഗ്യം.

വണ്ടിക്കാരൻ കരുണയോടെ ഹാന്റ് ബാഗ്, ഉയരം കുറഞ്ഞ പടി കേറ്റി വണ്ടിക്കകത്ത് വെച്ചുകൊടുക്കുന്നു. കൂലി കൃത്യം വാങ്ങി. എക്സ്ട്രാ മേടിച്ചില്ല. വാക്കുതർക്കമില്ല. മത്തായിച്ചൻ സന്തുഷ്ടനായി. ഒരാൾ മറ്റൊരു സീറ്റിലേക്ക് മറികടക്കുന്നു. വേണ്ടായിരുന്നു. ഈ ഒറ്റ യാളിരിപ്പിനെന്തു സുഖം? ഒന്നര രണ്ടു മണിക്കൂർ തനിച്ചോ, എങ്കിലെ ന്തിനാ ഇന്നാട്ടിലേക്ക് വരുന്നത്.

ബസ്സ്റ്റാന്റിനു പുറത്തെ മരണത്തണലിൽ ചേക്കേറി കാത്തു നിൽക്കുന്ന ജനക്കൂട്ടത്തിന്റെ അധിനിവേശത്തിൽ പാവം മത്തായിച്ചൻ പകച്ചുനിന്നു. എണീറ്റു പുറത്തിറങ്ങി, ഒരു ടാക്സി പിടിച്ചാലോ എന്നാ ലോചിച്ചു. മുങ്ങിച്ചത്തുപോകുമെന്ന ഒരു ഭീതി അയാളെ പിടികൂടുന്നു. സ്മൃതി കുലുങ്ങിച്ചിരിക്കുന്നു, ''പട്ടണം വിട്ടാ ആളൊഴിയാന്തുടങ്ങും വല്ല്യപ്പച്ചാ.'' തിരിഞ്ഞു നോക്കാനുള്ള തല, സ്വന്തം തല അധീനത യിലല്ലല്ലോ കർത്താവേ! ഒരു യാത്രക്കാരന്റെ വൃക്ഷവേരു പോലുള്ള കൈ തന്റെ കഴുത്തേച്ചുറ്റി, മുമ്പിലെ സ്വർണ്ണക്കമ്പിയിൽ പിടിച്ചാണ് നിൽപ്പ്. ഇറങ്ങുമ്പോൾ കോളറിട്ടു സഞ്ചരിക്കണേ എന്നു ഭാര്യ ഓർമ്മി പ്പിച്ചതാണ്. നാടെത്തിയാൽ അതാവശ്യമുണ്ടാവില്ലെന്ന് മത്തായിച്ചൻ തർക്കിച്ചു.

മലയോരഗ്രാമത്തിൽ പത്തുമക്കളിൽ ഒമ്പതാമനായി പിറന്നതിന്റെ ചരിത്രവും ചരിത്രമില്ലായ്മയുമെല്ലാം ഓർത്തുകൊണ്ട് മത്തായിച്ചൻ സുഖവണ്ടിയിൽ ഇരുന്നു. ചിലപ്പോൾ മയങ്ങി. നല്ല വീതിയുള്ള റോഡ്. മിനുത്ത് പണക്കാരനായ റോഡ്, രാജ്യത്തെ ആഴമേറിയ ഗർത്തങ്ങൾ വഴിക്കുണ്ടെങ്കിലെന്ത്, ചടുലമായി ചാടിക്കാനും ഓടാനും ഡ്രൈവർക്ക റിയാം. അവന്റെ പ്രായമായിട്ടില്ല. ഇവിടുന്ന് ഒരു തടിവണ്ടിയിൽ ബോംബെയ്ക്കും പിന്നൊരു പ്ലെയിനിൽ അമേരിക്കയ്ക്കും പറന്നത്. വീതമെന്നു പറഞ്ഞ്, റബ്ബറ് വിറ്റതിലൊരു ഭാഗം അപ്പച്ചൻ ഡോളറാക്കി

നൽകിയിരുന്നു. അപ്പച്ചന്മാർ അന്നങ്ങനെ ആയിരുന്നു. മുറുക്കിയുടുത്തു എല്ലൊടിയാറാവും വരെ പണിയെടുക്കും. ഇരുട്ടാവുംമുമ്പ് കുളിക്കും, നിറയെ വാട്ടുകപ്പയും ഉണക്കമീനും കഴിക്കും. 'വെള്ളം' മറ്റതേ ഇറക്കൂ. അപ്പച്ചൻ നൂറ്റൊന്നാം വയസ്സിൽ മരിക്കുമ്പൊ, വായിലെല്ലാ പല്ലും അവശേഷിച്ചിരുന്നു. മക്കളിൽ പത്തു പൂർണ്ണമായും. ഈ പത്താമൻ ഉള്ളാലെ കരഞ്ഞു. പുറമെ കർമ്മനിരതനായി പള്ളീലും വീട്ടിലും ശേഷക്രിയ നടത്തി.

ബസ് കവലയിലിറക്കി വിട്ടു. എപ്പോഴം അങ്ങനെത്തന്നെ. അമ്മ പെറ്റിടുന്നതും ഒരു കവലയിൽത്തന്നാണല്ലോ. അവയവമെല്ലാം ശരിക്കുണ്ടെങ്കിൽ എണീറ്റിരിക്കും, പിടിച്ചുനിൽക്കും. നടക്കും. വഴി തന്നത്താൻ തെരഞ്ഞെടുക്കും. അതായിരുന്നു മലയോര കുടിയേറ്റത്തിന്റെ അലിഖിത നിയമം. വേദപുസ്തകം. കാട്ടുവെള്ളത്തിൽ പൊങ്ങിക്കിടക്കുമൊരു ഇലപ്പുറത്തെ ഉറുമ്പുകൂട്ടത്തിന്റെ തത്ത്വശാസ്ത്രം. നീരൊഴുക്ക് മുന്നോട്ടു തന്നെ.

''ഇടത്തോട്ടോ, വലത്തോട്ടോ.''

സ്മൃതിയുടെ ചിരി. ''ഈ അപ്പച്ചൻ ഇത്രേം ഓർത്തിട്ടും ഒരു കവല കണ്ടപ്പോ മറന്നുപോയോ?''

''ടോള് കൊടുക്കേണ്ടാത്ത കവലയായിരുന്നല്ലോ മോളെ. ഇപ്പോഴത് ഇവിടേം എത്തീട്ടുണ്ടാവുമോ?''

''നടന്നുപോകാൻ ടോള് വേണ്ട വല്യപ്പച്ചായാ.''

അയാൾ ചറുപിറുന്നനെ നടന്നു. ബാഗിനൊട്ടും ഭാരമില്ല. ഇല്ലാത്തത് ഇവിടെ വാങ്ങാൻ കിട്ടുമല്ലോയെന്നു അന്നമ്മ. ഭാരം ചുമന്നതു മതി. മത്തായിച്ചൻ അനുസരണയുള്ള ഭർത്താവായിരുന്നു.

നാട്ടിൽ നിറങ്ങൾ വല്ലാണ്ടേ പെരുത്തുപോയി.

വീതി കുറഞ്ഞ റോഡിന്റെ ഇരുപുറവും അടച്ചുകെട്ടി നിൽക്കുന്ന കടകളുടെ ഇടയിലൂടെ നടന്നു. തടഞ്ഞുനിർത്താൻ ഓറഞ്ചു കൂമ്പാരങ്ങൾ, പൊതിച്ച തേങ്ങാക്കുന്നുകൾ, മീൻകൂടുകൾ, കണ്ണാടിപ്പെട്ടിയിൽ പ്രദർശനത്തിനു തൂങ്ങിക്കിടക്കുന്ന കബന്ധങ്ങൾ.

''എവിടായിരുന്നു വല്യപ്പച്ചൻ പഠിച്ച കിന്റർ ഗാർട്ടനും സ്കൂളും?'' സ്മൃതി ചോദിച്ചു.

എങ്ങുമില്ലെങ്ങും. ഇവിടമെല്ലാം, കച്ചവടക്കാർ, കൃഷിക്കാർ, വേദക്കാർ, മീങ്കച്ചവടക്കാർ, ഗുണപാഠപുസ്തക വില്പനക്കാർ, ചന്ത, ഉത്സവപ്പറമ്പ്, പൂരാഘോഷം, പള്ളിവാർഷികം, തെരഞ്ഞെടുപ്പ് മഹാമഹം.

പുറകിൽ ആശ്ചര്യശബ്ദം.

''സ്മൃതിക്കുട്ടി എന്തു ചെയ്യുവാ?''

''എനിക്കിവിടെ പഠിച്ചാ മതി.''

''അതു മാത്രം വേണ്ട.''

എവിടെ? എവിടെപ്പോയെന്റെ വീട്? നാലു വർഷത്തിനകം ഒരു പുത്തൻവീട് നാടുവിട്ടു പോകുമോ? പുതുപുത്തൻ പൂമുഖങ്ങൾ, പൂമുഖത്തിരിക്കുന്നത് കാരണവന്മാരല്ല. മുറ്റത്ത് നിൽക്കുന്നത് പണിക്കാരല്ല. തെക്കുപുറത്ത് വൈക്കോൽത്തുറുവില്ല, ആലയും പയ്യുമില്ലാത്ത കുടിയോാര കർഷകൻ. പെട്ടെന്നോ ഇങ്ങനെ സംഭവിച്ചത്? അല്ലായിരിക്കും. ഞാൻ കാണാഞ്ഞിട്ടാണ്.

''വഴിതെറ്റിയോ മൂപ്പരേ?'' ഓരം ചേർന്ന് നിൽക്കുന്ന ഓട്ടോറിക്ഷയുടെ ചോദ്യം.

''നിനക്ക് തെറ്റിയാലും എനിക്ക് തെറ്റില്ല മോനേ.''

മോനെ എന്ന വിളി ചെറുപ്പക്കാരനെ സന്തുഷ്ടനാക്കിയെന്ന് തോന്നുന്നു.

''കേറിയിരി മുത്തച്ഛാ, ഞാൻ കൊണ്ടാക്കിത്തരാം.''

''എന്നാപ്പറ, എന്റെ വീടെവിടെയാണ്.''

സ്മൃതി പൊട്ടിപ്പൊട്ടി ചിരിക്കുന്നു.

''നീയും കേറ്.''

''ഞാന്നടന്നോളാം.''

''ആരോടാണ് മുത്തച്ഛൻ വർത്തമാനം പറയുന്നത്?''

മത്തായിച്ചൻ വീടുകളെ നോക്കിക്കൊണ്ടിരുന്നു. കാറൊഴിഞ്ഞ പൂമുഖങ്ങളെ എണ്ണാതെണ്ണി. തന്റെ വീട് ഇത്തരത്തിലൊന്നാവില്ല. നാലു കൊല്ലം മുമ്പ് ഇച്ചേലിൽ ഒറ്റവീടും ഉണ്ടായിരുന്നില്ല. വീടുനിർമ്മാണം ടെയ്‌ലർ മോഡലായി. ഫാഷനനുസരിച്ച് പുതുതരം. പ്രായവ്യത്യാസമില്ല. മക്കൾ കുറച്ചും വീടെണ്ണവും വലുപ്പവും കൂടുതലും.

''ഇതാ വീട്.''

ഓട്ടോക്കാരൻ ദൈവദൂതനെപ്പോലെ മൊഴിഞ്ഞു.

ഗേറ്റ് പൂട്ടിട്ടില്ല. തുരുമ്പു കേറാൻ തുടങ്ങിയ കതക് തുറന്നു കിടപ്പുണ്ട്. പൂമുഖം അടച്ചതാണെങ്കിലും ചവിട്ടുപടിയിൽ കിടക്കുന്ന ഒരു പട്ടി മനസ്സില്ലാമനസ്സോടെ എഴുന്നേറ്റു ബഹുമാനിക്കുന്നു. മത്തായിച്ചനു സന്തോഷമായി.

ഓട്ടോക്കൂലി വാങ്ങാതെ ചെറുപ്പക്കാരൻ പറഞ്ഞു,

''തിരിച്ചു പോകുമ്പോ രണ്ടും കൂടി ഒന്നിച്ചു തന്നാ മതി.''

''അതെങ്ങനെ നിനക്കറിയാം?''

''അറിഞ്ഞോളാം.''

മത്തായിച്ചൻ അന്തിച്ചു നിന്നു ഒരിടനേരം.

പിന്നെ കാടുകാട്ടിയ ഒരു കുട്ടിയെപ്പോലെ മുമ്പിൽ നിൽക്കുന്ന വീടിന്റെ കൺകളിലേക്കു നോക്കുന്നു.

കണ്ണും കാതുമെല്ലാം ആരോ കല്ലെറിഞ്ഞുടച്ചു.

അത്രയ്ക്കായോ? മുമ്പൊരിക്കൽ തോട്ടത്തിൽ വെച്ചു മറന്ന ഒരു ബക്കറ്റും ചെരിപ്പും മൂന്നു കൊല്ലം കഴിഞ്ഞു ഒരുനാൾ ഇതുപോലെ വരുമ്പോഴും അവിടത്തന്നെ മഴയും വെയിലും കൊണ്ടും മഞ്ഞേറ്റു നിറം മങ്ങിയും കിടന്നിരുന്നു.

ചെടിച്ചട്ടികളെയെല്ലാം തെങ്ങു തന്നെയാവണം എറിഞ്ഞുടച്ചത്. മുറ്റത്ത് ആർക്കും വേണ്ടാതെ തൊണ്ടും കരിക്കും തേങ്ങയും ചിതറിക്കിടന്നു. കുറ്റ്യാടി നിന്നു വണ്ടിലേറ്റി, കഷ്ടപ്പെട്ടു, കാട്ടുമൃഗങ്ങളിൽ നിന്ന്, ജീവിപ്പിച്ചെടുത്ത...

മത്തായിച്ചൻ പേഴ്സിൽ നിന്നും താക്കോൽ പുറത്തെടുത്തു. താക്കോലിനേക്കാൾ വയസ്സനായിത്തീർന്ന കതകുനോക്കിയപ്പോൾ ഒന്നു വെറുതെ ചിരിക്കാൻ തോന്നി.

പരിസരത്തീന്നു നാരായണിയുടെ മണം.

നാരായണി അയൽപക്കത്തെ പ്രണയമായിരുന്നു. അന്നൊരു ക്രിമിനൽകുറ്റം ആയിരുന്നു. നാരായണി ഒരിക്കലും അതിരുവിട്ടിപ്പുറം വന്നിട്ടില്ല. അവളുടെ ഭർത്താവ് എവിടെയെന്നറിയില്ല. ഒരു കുട്ടിയുണ്ടായിരുന്നു. സ്വന്തമായി വീടുണ്ടെങ്കിലും മുറ്റമില്ലായിരുന്നു. കുട്ടി ഈ മുറ്റത്ത് വളർന്നു. ചെടിച്ചട്ടികൾ മാന്തിനോക്കി. ചിലപ്പോഴൊരു വരണ്ട ചട്ടിയിൽ നിന്നും കുഴിയാന കിട്ടി. ചിലപ്പോൾ ഒരു പേരില്ലാവിത്ത്. മറ്റു ചിലപ്പോൾ ചേലൊത്ത ഒരു വെള്ളാരങ്കല്ല്.

മത്തായിച്ചൻ വാതിൽ തുറന്നു കിടപ്പറ തുറന്നു. പിന്നാമ്പുറത്തെ ജന്നലിന്റെ ചില്ലും ഉടച്ചിരിക്കുന്നു. അകത്ത് പെറ്റുകിടക്കുന്ന ഒരു പൂച്ച മുല കുടിക്കുന്ന കുഞ്ഞുങ്ങളെ നോക്കി അനങ്ങാതെ രണ്ടു നിമിഷം കിടന്നു.

ഞങ്ങൾ പോണോ?

മത്തായിച്ചൻ കതകുചാരി പുറത്തുപോന്നു. പിന്നാമ്പുറത്തെ പുല്ലരിഞ്ഞ മുറ്റത്തിറങ്ങിയപ്പോൾ സ്മൃതി ചോദിക്കുന്നു.

''നാരായണിയോടു പറയണോ, ചോറുണ്ടാക്കാൻ?''

മതിലിനപ്പുറത്ത് നാരായണിയുടെ കണ്ണ്. സൂക്ഷ്മതയേറുന്ന നോട്ടം.

ഓ, ചിരി ചെറുത്. ഓ.

''മത്തായിച്ചേട്ടൻ.''

മത്തായിച്ചൻ മതിലിനരികിലേക്കു നീങ്ങി.

''നിനക്കെന്നെ മനസ്സിലായോ, അതു മതി.''

''മകനെവിടെ?''

''കഞ്ഞി കുടിക്കുന്നു. കളിക്കാമ്പോയിട്ടിപ്പഴാ വന്നത്.''

''ഏതു ക്ലാസ്സിലാ പഠിക്കണത്?''

''പഠിപ്പു നിർത്തി.''

''എന്ന്ട്ടൊ?''

''ഓട്ടോ ഓടിക്കുന്നു.''

മത്തായിച്ചൻ വ്യസനിച്ചു.

''അത്രയ്ക്ക് വലുതായോ? പഠിക്കേണ്ട പ്രായമല്ലേ?''

നാരായണി മിണ്ടുന്നില്ല.

മത്തായിച്ചൻ പറഞ്ഞു.

''എന്റെ സഹായത്തിന് വർണ്ണ തങ്കമ്മച്ചേച്ചി മരിച്ചു പോയീന്നു കേട്ടു.''

''ഞാമ്പോയിരുന്നു. ഇവിടെ എത്രീസം ഉണ്ടാവും?''

''മടക്കടിക്കറ്റ് ചേർത്തിട്ടില്ല.''

''മത്തായിച്ചൻ മാറീട്ടില്ല.''

''അങ്ങനെ ഓർത്തുവയ്ക്കാമ്പറ്റ്വോ?''

''മത്തായിച്ചന്റെ ഒരു പടം, മുറ്റത്തെ പുല്ലരിയുമ്പൊ എനിക്കു കിട്ടി. തരണോ?''

മത്തായിച്ചൻ ചോദിച്ചു, ''ജീവനുള്ള ആളോ മരവിപ്പിച്ച ആളോ സൂക്ഷിച്ചുവെയ്ക്കാൻ നല്ലത്?''

''മിണ്ടാട്ടമുള്ള മനുഷ്യൻ.'' അവൾ പറയുകയും ശബ്ദമില്ലാതെ ചിരിക്കുകയും ചെയ്തു.

''പൂച്ചയെ ഞാൻ പറഞ്ഞുവിടുന്നില്ല. അവിടെ തന്നെ കിടക്കട്ടെ, ഉപദ്രവിക്കാണ്ട് മറ്റേ മുറിയും വീടും വൃത്തിയാക്കണം. ചോറും കറിയും വേണം.''

‘‘പറ്റുംന്ന് തോന്നണില്ലവിടെ. അവിടെ കള്ളൻ കേറീന്നും. രണ്ടു കുറി. ആദ്യം മിക്സീം ടീവീം എടുത്തോണ്ടു പോയി. പിന്നെ വന്നിട്ട് നല്ല പാത്രങ്ങളും കടത്തി. പൊട്ടിയ ചില്ലിലൂടെ കാണുമ്പഴ് മറ്റെന്തു പോയെന്നറീല്ല്യ.’’

എന്റെ ഇന്നാട്ടിലെ ജീവിതം... അതിനു പകരം ഈയൊരു കാറ്റ് കിട്ടീരുന്നെങ്കില്...

പൊട്ടിയ ചില്ലിലൂടെങ്കിലും ഇവ്ട്ത്തെയൊരു കാറ്റ് കിട്ടിയിരുന്നെങ്കില്! ■

ആർച്ച മുത്തശ്ശി

കർക്കിടക മഴ തിരിമുറിയാതെ കരയുന്നു. രാവും പകലും വേർതിരിച്ചു കാണാൻ പറ്റുന്നില്ല. പുലരുന്നത് ചായയും പലഹാരവും കഴിക്കാൻ വല്യച്ഛന്റെ ഓമനപ്പൂച്ചകൾ പടിഞ്ഞാറെ ഭവനത്തിന്റെ നീണ്ട ഉമ്മറക്കോലായമേൽ നിരന്നിരിക്കുമ്പോഴാണ്. ചുമരോട് ചേർന്ന് അച്ചടക്കത്തോടെ. ഒരു പട്ടാളപ്ലാറ്റൂണിന്റെ അച്ചടക്കം. പൂച്ചകൾ നായ്ക്കളെപ്പോലെ ആർത്തി കാണിക്കയില്ല. മറിച്ചു നല്ല ഫോമിൽ സിംഹങ്ങളും പുലികളുമെന്ന നാട്യത്തിൽ തുല്യ അകലം പാലിച്ചിരിക്കുകയാണ്. സ്കൂൾ കുട്ടികൾ ഹെഡ്മാസ്റ്ററെ കാത്തിരിക്കുമ്പോലെ. എന്നാൽ ഇവരുടെ കാതുകൾ കൂർത്തിരിക്കുന്നെന്നും അഴിക്കൂടിന്നപ്പുറത്തെ ഊൺതളത്തിലെ മേശമേൽ ആവി പരത്തുന്ന പലഹാരക്കിണ്ണത്തിലാണ് നോട്ടമെന്നും കണ്ടാലറിയാം.

അപ്പോൾ വല്യച്ഛൻ തറവാട്ടിൽ അവധിക്കു എത്തിയ ദിനമാണെങ്കിൽ ദൂരെ പറമ്പിലെ മാഞ്ചോട്ടിൽ വേനക്കാലകളി തുടങ്ങിയ കുടുംബസന്തതികളെ നീട്ടി വിളിക്കും.

''വന്നോള്യാ. എല്ലാരും.'' കളിപ്പാതിയിൽ അവർ (ഞാനടക്കം) ഉമ്മറത്തേക്ക് ഓടിയെത്തും. വിശപ്പിനേക്കാൾ പ്രധാനം പൂച്ചക്കൂട്ടത്തെ ഒന്നിച്ചൊരു നിരയിൽ കാണുകയാണ്. അവ പത്തിലധികം എണ്ണമുണ്ടായിരുന്നു. അവിടെ ജനിച്ചു വീണവർ തന്നെ. കറുപ്പ്, വെളുപ്പ്, ഇവ രണ്ടും കലർന്ന നിറം, ചെമ്പൻ, വരയൻ, മയിൽപ്പീലിവാലൻ, നരിവരയൻ, ചാര നിറക്കാരൻ. ഇവനായിരുന്നു അന്ന് പൂച്ച മൂപ്പൻ. അവൻ മാത്രം വല്യച്ഛന്റെ കൈക്കസേരയിൽ, ചൂരൽമെടഞ്ഞ സീറ്റിന്റെ നേർതാഴെ തല അല്പം പുറത്തു കാണിച്ചു ഗമയിൽ ഇരിക്കും. വല്യച്ഛനാണ് വിളമ്പുകാരൻ. പൂച്ചകൾക്കാദ്യം. പുട്ടാണെങ്കിൽ ഓരോ ചെറിയ കഷണം. ഇപ്പോൾ യുദ്ധകാലമാകയാൽ, റേഷൻ കാലം. കടലിൽ മുങ്ങിപ്പോയ കപ്പലുകളിൽ നിന്നു വീണ്ടെടുക്കപ്പെട്ട കടലുപ്പും നീലയും കലർന്ന് അരിച്ചാക്കുകളിലൊരെണ്ണം റേഷൻ കടക്കാരൻ ചുരുങ്ങിയതിലും ചുരുങ്ങിയ വിലയ്ക്ക് വല്യച്ഛനു വിറ്റു കാശാക്കിയിരുന്നു.

വല്യേട്ടാ, നിങ്ങടെ തറവാട്ടിൽ മനുഷ്യരേക്കാളധികം പൂച്ചേം കാലീം നാൽക്കാലികളും കുട്ട്യോളും (കന്ന്) ധാരാളം ഉണ്ടല്ലോ. നീല നിറം ഓടിയ പച്ചരിയാണെങ്കിലും ദീർഘനേരം വെള്ളത്തിലിട്ടാൽ നിറം കെടും. ഉപ്പും പോകും. പുട്ടുണ്ടാക്കാൻ അസ്സലാത്രെ. നിങ്ങടെ തോപ്പിൽ എമ്പാടും തേങ്ങ വീഴ്ണണ്ടല്ലോ.''

എന്നാൽ ഒന്നും മിണ്ടാതെ വല്യച്ഛൻ, പണിക്കു സഹായിയായ ശങ്കരേട്ടന്റെ തലയിലും അയാളുടെ തുണക്കാരന്റെ തലയിലും ഓരോ കുട്ടിച്ചാക്കുകൾ ഏറ്റിവെച്ചു കൊടുത്തു.

''കന്നുകാലികൾക്ക് കഞ്ഞി വെച്ചുകൊടുക്കാമല്ലോ.''

''പിന്നേം ബാക്കി വന്നാൽ തെങ്ങിൻതടത്തിലിട്ട് ഇടയിളക്കാം.''

എന്നാൽ കടലരി മനുഷ്യനുതന്നെ തീറ്റയാക്കാം എന്നത് തെളിയിച്ചത് ആർച്ച മുത്തശ്ശിയാണ്.

അവരാര്?

തറവാട്ടിലെ മറ്റു പല ആശ്രിതജനങ്ങളിൽ, ബന്ധുവായ ഒരു വൃദ്ധ. നല്ല ആരോഗ്യം നല്ല ഉയരം. കറുപ്പും വെളുപ്പും കുപ്പിവളക്കോമ്പകൾ ഇട കലർത്തി അലങ്കരിച്ചപോലെ, അന്തസ്സുള്ള ഒരു തല. രണ്ടു വശത്തും കുട്ടികളുടെ തമാശയ്ക്ക് ഊഞ്ഞാലാടാൻ രണ്ടു വളർത്തിയ കാത്. അവ ശൂന്യമായിരുന്നു. അതിനാൽ ഞങ്ങളിൽ ചെറിയവർ അവരുടെ വൃത്തിയേറിയ മടിയിൽ കേറിയിരിക്കയും സങ്കല്പത്തിലുള്ള ഒരു കുഞ്ഞുവാവയെ ഊഞ്ഞാൽ വള്ളികളിൽ ആടിക്കയും ചെയ്തു. അവർ ഒന്നും മിണ്ടില്ല. മടിക്ക് ചൂടുപിടിക്കുമ്പോൾ കളിക്കാരനെ താഴെ ഇറക്കിവെച്ചു. നെല്ലിൽ കാക്ക വന്നോ, നോക്കട്ടേന്നു പറഞ്ഞു എണീറ്റു പോകും.

ഇന്നത്തേതുപോലെ കർക്കിടമഴ. ഓർത്തോർത്തു ഗ്രന്ഥക്കെട്ടഴിച്ചു പരത്തുമ്പൊലെ ഏതാനും മാസങ്ങൾക്കപ്പുറം വീട്ടിൽ വന്നു കേറിയതാണ് ആർച്ച മുത്തശ്ശി. അവരെ വീട്ടിലെ മുതിർന്നവരെല്ലാം 'ഇത്തായി എളേമ' എന്നു വിളിച്ചു. അതൊരു വിളിപ്പേർ മാത്രമായിരുന്നുവോ എന്നു ഞങ്ങൾക്ക് ശങ്കയുണ്ടായിരുന്നു.

കാരണവരായ വല്യച്ഛൻ മിഥുനമഴ പൊട്ടിവീണ ഒരു ദിവസം തികച്ചും അസ്വസ്ഥനായി കോലായിൽ തെക്കുവടക്കു നടന്നു. മേലെ കുമ്മായത്തേപ്പ് അലങ്കരിക്കുന്ന പോളക്കല്ലിൽ നിരന്നു നിൽക്കുന്ന പലതരം ദൈവങ്ങളും ദേശീയ നേതാക്കളും ശ്രീരാമ-സീതയും രാധാകൃഷ്ണനും ലക്ഷ്മീദേവിയും സരസ്വതിയും താമര ദളത്തിൽ പ്രേമലേഖനം എഴുതുന്ന ശകുന്തളയും പ്രണയലേഖനവുമായി എത്തിയ അരയന്നപ്പിടയും ദമയന്തിയുമെല്ലാം വല്യച്ഛനെ ആശ്ചര്യത്തോടെ ഉറ്റു നോക്കി. ഇതെന്തു കഥ? ഈ കാർന്നവരുടെ ചിരിതമാശകളെങ്ങു

പോയി? കുട്ടികൾക്ക് പ്രാതൽ വിളമ്പാൻ വൈകുന്നതെന്ത്? ഇത്തരം ചോദ്യങ്ങൾ മേലെ നിരന്നു നിൽക്കുന്ന ദേശീയ നേതാക്കളും ചിത്രകാരൻ രവിവർമ്മ രാജാവും ദൈവങ്ങളും പരസ്പരം ആരാഞ്ഞു.

ആരും മിണ്ടുന്നില്ല. മഴമാത്രം ഓർത്തോർത്തു പതം പറയുന്നു. കരച്ചിലും. ഞങ്ങൾക്കൊന്നും മനസ്സിലാവുന്നില്ല. അഴിക്കൂടിന്നപ്പുറം വലിയ മേശമേൽ കോട്ടുവായിടുന്ന പുട്ടും കടലക്കറിയും ചായയും ഉറക്കത്തിലായി. വല്യച്ഛൻ അകത്തെ, അയക്കോലിൽ തെളിഞ്ഞ മുഖവുമായി കിടക്കുന്ന തൂവെള്ള ഷർട്ട് ധരിച്ചു, കോണിച്ചോട്ടിലെ പ്ലഗ്ഗിൽ നിന്നു ഒരു മടക്കുകുടയെടുത്തു പാതി നീർത്തി മഴപ്പെയ്ത്തിലേക്കിറങ്ങി. പടികളിറങ്ങി, ദീർഘിച്ച നട താണ്ടി, കൊട്ടുവമ്പടി കേറിയിറങ്ങി മാഞ്ഞുപോയി.

അച്ഛമ്മ ചോദിക്കുന്നു.

''മാളുക്കുട്ടി അവനെന്തേ ഒരു വെള്ളോം കുടിക്കാതെ ഇറങ്ങിപ്പോയത്?''

വല്യമ്മ ഒന്നും മിണ്ടിയില്ല.

അടുക്കപ്പണി, ഒന്നാംഘട്ടം കഴിഞ്ഞു, നാലു ദിവസം പഴക്കമുള്ള ദിനപ്പത്രത്തിന്റെ ചതവുകൾ നിർത്തി വായിക്കുന്ന എന്റമ്മയോടു ഞാൻ ചോദിച്ചു.

''എങ്ങോട്ടാ വല്യച്ഛൻ പോയത്?''

''അച്ഛമ്മയോടു ചോദിക്കൂ.''

ആർക്കുമില്ലൊരു നിശ്ചയം. മഴയ്ക്കു പെയ്തു മതിയായില്ല. ഉച്ചയായി. പ്രാതൽ പതിവു ചിട്ടയില്ലാതെ വേണ്ടുന്നവർ വന്നു കഴിച്ചുകൊണ്ടിരുന്നു. അതവസാനിച്ചു. എന്നാൽ മഴ നിർത്തിയില്ല. പുറത്തിറങ്ങാൻ വയ്യാതെ ഞങ്ങൾ മുഷിഞ്ഞു.

ഞങ്ങൾ പല കുട്ടികൾ അമ്മയെപ്പൊതിഞ്ഞു.

''മ്മക്ക് ഇരുപത്തെട്ടു കളിക്കാം അമ്മായീ.''

''അല്ലെങ്കിൽ പടിമേൽ പതിനഞ്ചുനായയും പുലീം.''

''അക്ഷരശ്ലോകം ചൊല്ലാം.''

''ശ്ലോകം വേണോ, അതോ ചോറുവേണോ ഉച്ചയ്ക്ക്?''

അതിന്നൊരു മറുപടി ഞങ്ങൾ കൂടിയാലോചിച്ചു നിശ്ചയിക്കുന്നേരം, മഴയുടെ കുറുമ്പടങ്ങുകയും മരം പെയ്യുകയും ചെയ്യുന്നു.

മുറ്റത്തേക്കുള്ള ഏഴു പടികൾ കേറി. മൂന്നു കുടകൾ വരുന്നു. കുടകളും അതിനെ ചുമക്കുന്നവരും ഒരുപോലെ നനഞ്ഞിരിക്കുന്നു. മൊത്തം നാല് പേർ. വല്യച്ഛൻ വഴി തെളിച്ചു.

വരുന്നവർ ഒരു വൃദ്ധയും രണ്ടു പെൺകുട്ടികളും ഒരാൺകുട്ടിയുമാണ്. പിന്നെ വല്യച്ഛനും ചെറിയൊരു ചുമടുമായി പരിചയമില്ലാത്ത ഒരു പണിക്കാരനും.

വരത്തവരിൽ ഏറ്റവും പൊക്കമുള്ളവർ ഞങ്ങളെ ഒന്നടങ്കം അതിശയിപ്പിച്ചു.

അവർ പിന്നീട് ഞങ്ങളുടെ മുമ്പിൽ, ആർച്ച മുത്തശ്ശിയായി. കുട്ടികൾ, കാർത്തിയേടത്തി, ലീലേടത്തി, ദാസേട്ടൻ - നാലുപേർ.

മാളു വല്യമ്മ, അവരെക്കണ്ടതും അരിക്കലം അടുപ്പത്തുനിന്നു മാറ്റി കൂടുതൽ വലിയൊരു ചെമ്പുകലം കേറ്റി വെച്ചു. തളികയിൽ കഴുകൽ കാത്തിരിക്കുന്ന അരിയിലേക്കു കുറച്ചുകൂടി അളന്നിട്ടു. അത്തരം കാര്യങ്ങൾക്ക് വല്യമ്മ ഒരിക്കലും ഒരാളേയും ശല്യപ്പെടുത്താറില്ല.

ക്രമേണ ഞങ്ങൾക്ക് ഒരു കുടുംബ പുരാണകഥ കൂടി വിടർന്നു കിട്ടി.

ആർച്ച മുത്തശ്ശിയുടെ പുത്രൻ പട്ടാളത്തിൽ വെച്ചു മരിച്ചുപോയി. അവരുടമ്മ, ഞങ്ങളുടെ തറവാട്ടിൽ നിന്നു കല്യാണം കഴിച്ച് ഇറങ്ങിപ്പോയ ഒരു വല്യമ്മ മൂന്നു കുഞ്ഞുങ്ങളിരിക്കും മുമ്പ്, ഭർത്താവിനൊപ്പം പോയി. രോഗമായിരുന്നു. ഈ മുത്തശ്ശിയിവിടെ ഒരു വിരുന്നുകാരിയാണ്. മൂന്നു പേരക്കുട്ടികളുടെ രക്ഷക.

വല്യച്ഛന്റെ മുഖം സൂര്യകാന്തിപ്പൂപോലെ വിടർന്നിരിക്കുന്നു.

ആഹാരം കഴിക്കാൻ തന്റെ തറവാട്ടിലെ മനുഷ്യക്കുട്ടികളേയും പൂച്ചകളേയും അദ്ദേഹം സന്തോഷത്തോടെ വിളിച്ചുവരുത്തി. ഇന്നു വന്നു ചേർന്നവർക്ക് ഒന്നിച്ചു അകത്തു വിളമ്പാൻ പറഞ്ഞു. ഇളയ വിരുന്നുകാരൻ ദാസേട്ടൻ മാത്രം വല്യച്ഛന്റെ തൊട്ടിരുന്നു. അവൻ മൗനിയായിരുന്നെങ്കിലും ഓരോ ചലനവും ജാഗ്രത്തായി. നിരന്നിരിക്കുന്ന കുട്ടികളായ ഞങ്ങളെയെല്ലാം ഒന്നൊന്നായി ആ പത്തു വയസ്സുകാരൻ അളന്നു മനസ്സിൽ കുറിച്ചു.

പിന്നെ പതുക്കെ അവൻ വല്യച്ഛന്റെ നേരെ തിരിഞ്ഞു. ഊൺ മതിയാക്കി കൈകഴുകാനിറങ്ങുന്നേരം അവൻ ‘‘വല്യമ്മാമാ ഞാൻ ഇവരുടെ കൂടെ കളിക്കാൻ ഇറങ്ങട്ടെ?’’

‘‘അതിനെന്താ? ഇതിനി നെന്റേയും ഏടത്തിമാരുടേം വീട്, നെന്റെ അച്ചമ്മയുടേം വീട്, അച്ഛമ്മയുടേയും.’’

അഴിക്കൂടിന്നു പുറകിൽ മേശപ്പുറത്ത് കിണ്ണങ്ങൾ നിരത്തുന്ന വല്യമ്മയുടെ നീലക്കണ്ണുകളും വലിയ മുടിക്കെട്ടും മെല്ലെയൊന്ന നങ്ങി.

ഞങ്ങൾക്ക് കളികൾ പുതുക്കാൻ തിടുക്കമായി.

വലിയ പറമ്പിന്റെ മേലെ ഒടിയിൽ ഒരു ആഴമുള്ള പൊട്ടക്കിണറു ണ്ടെന്നും മതിലിന്നു പുറകിൽ നിന്നു നമുക്ക് അതിന്നകത്തേക്ക് നോക്കാ മെന്നും ഞാൻ ദാസേട്ടനോടു പറഞ്ഞു.

കെണറ് പൊട്ടയാണെങ്കിൽ അതിന്നാത്ത് സർപ്പവും യക്ഷിയും ഉണ്ടാവുമെന്നും പിന്നെയൊരു കാവൽക്കാരനുണ്ടാവുമെന്നും ദാസേ ട്ടൻ പറഞ്ഞു.

ആർച്ചമുത്തശ്ശിയുടെ കണ്ണ് സദാസമയവും പേരക്കുട്ടിയെ പിന്തു ടർന്നു. വലിയ തോട്ടത്തിൽ ചുറ്റിനടന്നു പാറ്റാനൂമ്പിയ കശുവണ്ടി ശേഖരിച്ചു അവർ സൂക്ഷിച്ചുവെച്ചു. ഒഴിവുനേരത്ത് കരിയില കത്തിച്ച് ചുട്ടെടുത്ത് തല്ലി വൃത്തിയാക്കി കിടപ്പറയിലെ മേല്പടിയിൽ നിധി പോലെ കാത്തു. ഇതെല്ലാം തറവാട് ഭരിക്കുന്ന എന്റെ അച്ഛമ്മ ശ്രദ്ധിച്ചു. പക്ഷേ എതിരൊന്നും പറഞ്ഞില്ല. അച്ഛമ്മ ഒരു സ്കൂളിലും പഠിച്ചിരു ന്നില്ല. എന്നാൽ രാമായണവും വടക്കൻ പാട്ടും കൃഷ്ണപ്പാട്ടും മനഃപാഠം അറിയാമായിരുന്നു. ശിവഭക്തയായിരുന്നു. മാലിന്യം കലരാത്ത ഭസ്മം ഉണ്ടാക്കാൻ അവർ ഓരോ ശിവരാത്രിത്തലേന്നും ആലയിൽച്ചെന്നു പുതുചാണകം പാളയിലെടുത്ത് തണലിലുണക്കി സൂക്ഷിച്ചു. ശിവ രാത്രി വൈകുന്നേരം നടുമുറ്റത്ത് വരടികത്തിച്ചു ഭസ്മത്തട്ട് നിറച്ചു. അതിൽ സുഗന്ധം കലർത്തി നന്നായി തുടച്ചു മിനുക്കിയ മരമരവിക്കു മേൽ നീലയും ചുവപ്പും വൃത്തങ്ങൾ തെളിഞ്ഞു. ഭസ്മത്തട്ടിനു എത്ര കാലത്തെ പഴക്കമുണ്ടെന്നാരാഞ്ഞവരോടു അവർ പറഞ്ഞു.

''മനുഷ്യൻ കുറിതൊടാൻ തുടങ്ങിയവരെ പഴക്കം. യുദ്ധകാലത്ത് വീട്ടകത്ത് ആശങ്ക പലതരം പുകയാൻ തുടങ്ങി. 'കാക്കിനട' അരി തുറമുഖം. കാണില്ല നാടനരി 'ലെവി' അളന്നു പോകും. പറശ്ശിനി മുത്തപ്പാ എങ്ങനെ നാൾ കഴിയും? കുട്ടികളുടെയും പൈക്കളുടേം വിശപ്പു മാറാനുള്ളത് എങ്ങനെ കിട്ടും?''

അരി കള്ളക്കടത്തായി വര്ണു എന്ന ചിന്ത എല്ലാവരെം അങ്കലാ പ്പിലാക്കി.

വീട്ടിലെ പൂച്ചകളെല്ലാം വിശന്നു ചത്തു വീഴ്ണ സ്വപ്നം കണ്ടു ഞെട്ടിയുണർന്നു. നടുമുറ്റത്ത് പാതിരാവിൽ അലറിക്കരയുന്ന കഴുത പ്പുലികൾ ഉറക്കത്തിൽ ഓരോരോ കിടുകിടുക്കം ഉണ്ടാക്കി. നാട്ടിൽ പഠാണികൾ കൊള്ളയ്ക്കിറങ്ങുന്നെന്നു വാർത്ത പരന്നു. നടപ്പീനം (കോളറ) ബാധിച്ചു ജനം വീടടക്കം, ഗ്രാമമടക്കം ചത്തൊഴിയുക യാണെന്നും ശ്രുതിയെത്തി. ചെറിയ പാപ്പൻ പഞ്ചാരമിഠായി പോലത്തെ കുഞ്ഞു ഗുളികകൾ ചെറിയ കുപ്പികളിൽ നിറച്ചു ഗ്രാമാന്തരങ്ങളിൽ സേവനത്തിനിറങ്ങി.

വസൂരി വിത്തുകൾ 'കമ്മ്യൂണിസ്റ്റപ്പ' പോലെ നാടു നീളെ പടർന്നു പിടിച്ചു.

വേനലവധിക്കൊപ്പം വിരുന്നുകാരായ പല കുട്ടികളും സ്വന്തം വീടുകളിലേക്കു തിരിച്ചുപോയി. കളി നിന്നു.

ഞങ്ങളറിയാതെ തന്നെ ഒരു ജീവിതഘട്ടം പടിയിറങ്ങിപ്പോയി. പത്തു പന്ത്രണ്ടു കന്നുകളുടെ വീടായിരുന്ന ആലയും കടച്ചിക്കൂടും കാലിയായി. അവസാനം വല്യച്ഛൻ തറവാടു വിട്ടു പടിയിറങ്ങിപ്പോയപ്പോൾ ഒരു കുലം മുഴുവനും നടുക്കടലിൽ കപ്പൽ പൊളിഞ്ഞ അവസ്ഥയിലായി.

മാലൂരു കുന്നിന്റെ കിഴക്കെച്ചെരിവിലെ വിശാലമായ പറമ്പിലെ മാളികവീട് ഇന്നില്ല. നാലുപുറവും ഉണ്ടായിരുന്ന കന്മതിൽക്കെട്ടിന്റെ ഒരു മൂന്നു മീറ്റർ തുണ്ട് ഇരട്ടക്കെട്ട്. ഒറ്റപ്പെട്ടവന്റെ പുറ്റു നിറഞ്ഞ മൺകൊട്ടാരം പോലെ, ഞാൻ പ്രഭാത സഞ്ചാരത്തിന്നിറങ്ങുന്ന റോഡിന്റെ ഓരത്ത് നിന്നു എന്നോടു ചോദിക്കുന്നു, ''എങ്ങനെയുണ്ട്, മോളെ, എല്ലാവരും പിരിഞ്ഞു ഇല്ലേ?''

ഉവ്വെന്നും ഇല്ലെന്നും പറഞ്ഞില്ല. അഞ്ചര എക്ര പടർന്നു കിടന്ന തോപ്പിലിന്ന് പുതിയ പലതരം വീടുകൾ. വീടുനിന്നിടത്തു ചിതറിക്കിടക്കുന്ന അസ്ഥിശകലങ്ങളുമായി വെയിലും മഴയും ഏറ്റു കിടക്കുന്ന തറവാടിന്റെ ശ്മശാനസ്ഥലി. പടിഞ്ഞാറതിർത്തിയിലെ മുകൾപ്പരപ്പിൽ വേലിത്തറിയായി ഇന്നും ഒരു ചന്ദനമരക്കുറ്റി. അതൊരു കാട്ടുചന്ദനമായി ഉപേക്ഷിക്കപ്പെട്ടതാണൊ? എന്റെ നടത്തത്തെ വിലക്കി, ചെറിയ സർപ്പക്കുഞ്ഞുങ്ങൾ വലത്തെ അതിരിൽ നിന്നു ഇടത്തെ അതിരിലെ കുറ്റിക്കാട്ടിലേക്ക് പടം വിടർത്തി ഇഴഞ്ഞു നീങ്ങുന്നു. അവരുടെ കുഞ്ഞു കിരീടത്തിൽ ജ്വലിക്കുന്ന ഉദയം. ആകാശം ഒരു തീയാഴിവേനൽ. ■

ലോറികൾ

ശ്രീകുമാരന്റെ നെഞ്ചിലൂടെ വണ്ടികളിപ്പോഴം കുന്നിറങ്ങി ആർത്തട്ട ഹസിച്ചു. ഇഴഞ്ഞിറണ്ടി വീടിനെ പ്രദക്ഷിണം വെച്ചു. മുറ്റത്തെ പാവം തുളസിത്തറയുടെ അരികിടിച്ചു വീഴ്ത്തി വലത്തോട്ടു തിരിഞ്ഞു കടന്നു പോകുന്നു. പടിഞ്ഞാറോട്ട്, വൻവനത്തിന്റെ മുറ്റത്തേക്ക്.

നെൽവയലുകളിൽ മീൻ പരതുന്നതു നിർത്തിയിട്ടില്ലാത്ത അന്തിക്കൊക്കുകൾ പകച്ചു നിൽക്കുന്നു. ചുണ്ടിൽ കൊത്തി ഉയർത്തിയ ഞാഞ്ഞൂളുകൾ ചുരുളഴിഞ്ഞ് നേർത്ത ചുരിക വീശി വിടർന്ന മട്ടിൽ വെയിലിന്റെ പോക്കിൽ ബലം പിടിക്കുകയും ചളിനിലത്ത് പതിക്കുകയും.

''എന്തുറ്റി, കുമാര നിനക്ക്?''

''ചേച്ചി നോക്ക്-''

''കുമാരന്റെ തെക്കെ വയലിൽ അടുക്കുവെച്ചിരിക്കുന്നതെന്ത്?''

ഗ്രാനൈറ്റ് പലകകൾ. അവയെ അറുത്തടുക്കുന്ന മെഷീൻ ഒരു ഭീകരസത്വമായി വെയിൽച്ചോപ്പ് കുടിച്ചു ഉറ്റുനോക്കുന്നു. ഒറ്റക്കണ്ണൻ. പണിയെടുത്തു തളർന്നതിന്റെ പക ചുകന്ന് കിടക്കുന്ന മൂക്ക്. അത് വിശ്രമത്തിലാണ്ട് ജീവൻ നിലയ്ക്കാറായ മട്ടിൽ കാല മുളച്ചുയർന്ന നെൽത്തൈകൾ ഭയത്തിന്റെ രോമാഞ്ചമായി പോക്കുവെയിലിൽ കാത്തു നിന്നു. വയൽച്ചുറ്റിലൂടെ നടക്കാൻ വയ്യാതെ നീർച്ചാലുകൾ തളർന്നു. ഇനിയെന്ത്? പ്രകൃതി കുമാരനോട് ചോദിക്കുന്നു. മറുപടി തൊണ്ടയിൽ കുരുങ്ങി, കുമാരൻ എന്റെ നേർക്കു നോക്കി.

കുമാരനെ അവശനായി ഒരിക്കലും കണ്ടിട്ടില്ല. കുമാരനെ എന്റെ അയൽക്കാരനായി കിട്ടീട്ട് ഏതാണ്ട് അരനൂറ്റാണ്ടാവുന്നു. അന്നവൻ കുഞ്ഞായിരുന്നു. സ്കൂൾക്കുട്ടി. അവധിക്കാലത്ത് വനവാസത്തിനു വന്ന കുടുംബം. കാട് ചുറ്റിലും വളഞ്ഞുനിന്നു. അന്നത്തെ ദീർഘിച്ച മീനമാസസന്ധ്യയിൽ കാടിന്റെ മുഖം ചുവന്നിരുണ്ടു.

അന്ന് ഈ താഴ്‌വര മുഴുവനും കുമാരന്റെ കൗമാരക്കയ്യിൽ പൊങ്ങാത്ത ഭാരമായി തൂങ്ങിക്കിടന്നു. പാവം കുമാരൻ കുട്ടി എന്നു ഞാൻ വിചാരിച്ചു.

മുത്തശ്ശി നൽകിയ അവസാനത്തെ സമ്മാനമാണ് ഈ കാട്ടിറമ്പിന്റെ നിശ്ചയദാർഢ്യവും അറ്റമെവിടെ, എങ്ങനെ അവസാനിക്കും എന്ന വേവലാതിയും. അതിനും മുമ്പ് ഒരിക്കൽ മാത്രമാണ് കുമാരുട്ടി പാലക്കാടൻ പനങ്കാറ്റിന്റെ വേവലിൽ നിന്ന് ഈ കുളിർന്ന താഴ്‌വരയിലേക്ക് ഒരു മുഴുവൻ പകലിന്റെ ബസ്സോട്ടത്തിൽ നിന്ന് ഇറങ്ങിച്ചാടിയെത്തിയത്. കൗമാരം തുളുമ്പിത്തൂവുന്ന മനസ്സ്, നടന്നു കാൽച്ചോട്ടിൽ മാഞ്ഞു മറയുന്ന കറുകപ്പുൽമെത്തയെ, ചീകിയൊതുക്കാൻ വൈകിയ വരമ്പുകളെ കാണുന്നുണ്ടായിരുന്നില്ല. നീണ്ട യാത്രയും പട്ടിണിയും അവന്റെ ഉത്സാഹം കെടുത്തിയിരുന്നില്ല.

പടിഞ്ഞാറ് കരിമലയുടെ നിഴൽ തനിക്കായി ലഭിച്ചിട്ടുള്ള ഈ അപരിചിത പൈതൃകഭൂമിയെ കുറശ്ശെയായി വിഴുങ്ങുകയാണ്. മീനമാസപ്പകലിന്റെ ദൈർഘ്യത്തെ അവൻ സ്തുതിച്ചു. പിന്നെ ഒരിക്കൽ മാത്രം പരിചയമായിട്ടുള്ള നേരൊറ്റ വഴി താണ്ടി. ഒന്നു രണ്ടു കിലോമീറ്ററല്ല നടന്നതെന്നു ഓർക്കുന്നു. വെയിൽ പതുക്കെ എതിർവശത്തേക്ക് പിൻവലിയുകയാണ്.

മുത്തശ്ശി വിട്ടുപോയ കളപ്പുരമനയുടെ മുറ്റത്ത് പാറക്കല്ലിൽ ജയാരവം മുഴക്കുന്ന അന്തിയുടെ വെള്ളച്ചാലിന്റെ ഉത്സാഹപ്പാട്ട് ഇവിടെ കേൾക്കാം.

തണുത്ത രാത്രിയിലൂടെ നടന്നതിന്റെ അവസാനം ഉടലിൽ വേർപ്പു പൊങ്ങിയതറിയുന്നു പാലക്കാടൻ കൊടുംചൂടിൽ വീർത്തുടഞ്ഞു വറ്റിയ വിയർപ്പ്.

നിർജ്ജനമായ കളപ്പുരയുടെ ഉമ്മറത്ത് അരിവയ്പുകാരൻ ചാത്തുനായരുടെ ഇരുണ്ട നിഴൽ. അയാൾ വരണ്ടുണങ്ങിയ മുല്ലത്തറയിൽ, തുളസിക്കരികെ, ഒരു തിരി കൊളുത്തീട്ടുണ്ട്. അല്ലെങ്കിൽ മുറ്റമെവിടെ, തുളസിത്തറയെവിടെ എന്ന് ഈ അന്തിയിരുട്ടിൽ തിരിച്ചറിയാൻ പറ്റില്ലായിരുന്നു.

മനയുടെ കോലായിൽ തൂണുചാരി, അരച്ചുമർപ്പടിമേൽ ചാത്തുനായരുടെ ഇരുണ്ട നിഴൽ എണീറ്റു.

''ഉണ്ണീ ഞാൻ പേടിച്ചു പോയിട്ട്വോ.''

''പേടിയൊന്നും ഇല്ല. ഇന്നാട്ടിൽ മനുഷ്യരുണ്ടല്ലോ. കാട്ടുമൃഗങ്ങളുടത്രയില്ല എന്നല്ലേ ഉള്ളൂ.''

''കയ്യും കാലും കഴുകിവര്വാ. കാപ്പി അടുമ്മലിരിക്കുന്നു. ലേശവും തണുത്തിട്ടില്ല.''

ഉണ്ണി ഇടതുഭാഗം വാഴത്തോപ്പിന്റെ മുറ്റത്തു ഒറ്റക്കാൽ താങ്ങി നിൽക്കുന്ന മുളമ്പാത്തിയുടെ അടുത്തുനിന്നു. ''ചിരിക്കേണ്ടടോ. ഇത്തിരി

കുളുർത്ത വെള്ളം തരൂ.'' കൈത്താലം വിടർത്തി, തണുപ്പിന്റെ മധുരമറിഞ്ഞു. പലകുറി മുഖം കഴുകി. കാൽ കഴുകി. കഴുത്തിൽ ചുറ്റിക്കിടന്ന തോർത്ത് നനച്ചു. അപ്പടി കുളിച്ചു. ഇവിടെ അകത്തെങ്ങോ ഒരു കുളിമുറിയും കോപ്പും ഉണ്ടായിരിക്കണം. വിധവയായ മുത്തശ്ശി യൗവ്വനം ഹോമിച്ച ശാലയാണിത്. അവർ നാട്ടുകാരേയും വീട്ടുകാരേയും അത്ഭുതപ്പെടുത്തിയിരുന്നു.

പനങ്കാട്ടിലെ ഉഷ്ണക്കാറ്റിനേയും വയലുകളുടെ ഒടുങ്ങാത്ത ദാഹത്തേയും പരവേശത്തേയും വെടിഞ്ഞു ഒരു അവൽപ്പൊതി നനച്ചത് വാഴയില വാട്ടിപ്പൊതിഞ്ഞു മുത്തശ്ശി നാടിനോടു വിടപറഞ്ഞത് ഇരുപത്തഞ്ചു വർഷം മുമ്പ്. അന്ന് വഴികാട്ടിയായത് ഇതാ മുമ്പിൽ നിൽക്കുന്ന ഇരുട്ടു കോലം, ചാത്തു നായർ.

''നായരേ, ഒരു വെളിച്ചം വയ്ക്കാനില്ലേ?'

അയാൾ ഓടിപ്പോയി മറന്നതെടുത്തുവന്നു.

ഒരു മരക്കുറ്റിയിലുറപ്പിച്ച ശിലാസമാനമായ മെഴുകുതിരിയും അടുപ്പിൻചൂടടങ്ങീട്ടില്ലാത്ത തീപ്പെട്ടിയും.

'മറന്നൂട്ട്വോ!' എന്നു സങ്കടം പറഞ്ഞു.

എന്തു മറന്നു എന്നു ചോദിച്ചില്ല. അയാൾക്ക് മറക്കാനെന്തുണ്ടായിരിക്കും? മുത്തശ്ശ്യേം ഏട്ടനേയും കൂട്ടി നാടുവിടുമ്പോൾ സമ്മതം കൂടാതെ അവരുടെ 'രക്ഷയ്ക്ക്' പിന്തുടർന്ന ഏക നാട്ടുകാരനാണ് ചാത്തു. ആരും ആവശ്യപ്പെട്ടിട്ടല്ല. അങ്ങനെയുമുണ്ടായി ആൾക്കാർ അന്ന്. കാറ്റ് കൊളുത്തിയ ചൂടുമായിപ്പറക്കുന്ന പാലക്കാടൻ മീനമേടുകളിലുള്ള ഏതു വഴിയും വഴിയായി. വിട്ടുപോകാൻ മദിരാശിക്കുള്ള മെയിൽ വണ്ടിയും. മലയോരത്തേക്കോടുന്ന ഒന്നു രണ്ടു ബസ്സും. ദാരിദ്ര്യച്ചുമടും.

അങ്ങനെ പഠിപ്പു പൂർത്തിയാക്കിയ ഉടനെ ശ്രീകുമാരനു സ്വന്തം അമ്മയേയും അനിയത്തിമാരേയും അനിയന്മാരേയും വിട്ടുപോരേണ്ടി വന്നു. വിശക്കുന്നുണ്ടായിരുന്നു. മേൽഗതിക്കുള്ള തൊഴിലൊന്നും കിട്ടാക്കാലം. ലിഖിതാക്ഷരം കണികാണാൻ കിട്ടാത്ത ഒരു കാട്ടുഗ്രാമം. ആത്മാവിനും പരേതർക്കും മേൽഗതി തേടി വരുന്നവർക്കൊരു വനക്ഷേത്രം. മറ്റെല്ലാം സമൃദ്ധിയിൽ. കുളിർമ്മ, കാറ്റ്, മണ്ണ്, പാത, വനത്തിന്റെ ഹൃദയകവാടം വരെ ഒരു റോഡ്, മനുഷ്യർക്ക് കാട്ടാനയെ തോൽപ്പിച്ചു പട്ടണത്തിൽ നിന്നു മേടിച്ച അനാദികൾ മാറാപ്പിലാക്കി കേറിപ്പോരാനൊരു പാതിവഴി ക്കെത്തി പാലമില്ലാആഴത്തോട്ടിന്നക്കരെ നെടുവീർപ്പിടാനൊരു വാൻ. പഴയത്. ഏതു നിമിഷവും കൊടുങ്കാറ്റിൽ, ആന, പുലി, ചെന്നായ്ക്കൾക്കിടയിൽ അഴിഞ്ഞുവീഴാവുന്ന വണ്ടി.

ധൈര്യവാനായ ഒരു ഡ്രൈവർ. അഞ്ചുനേരം ഈശനെ നമസ്കരിച്ചു പുണ്യം നേടിയവൻ.

അങ്ങനെയാണ് ശ്രീകുമാരൻ തന്റെ ഹരിതസ്വർഗ്ഗം പടുത്തുയർത്തുന്നത്. സഹായത്തിന് പകൽ മുഖം കാണിക്കുന്ന പണിക്കാർ അകത്തു പട്ടിണിയാകുന്ന നേരം മാത്രം പണിക്കിറങ്ങുന്നോർ.

അപ്പോഴും വന്നു ചേർന്നു, മുത്തശ്ശി.

ഇച്ഛാശക്തിയുടെ ബലത്തിൽ പകൽപ്പട്ടിണിയുമായി ദീർഘയാത്ര. അവരന്നും യുവതിയെപ്പോലെ പണിതു നടന്നു. വയൽപ്പണിക്കാർക്ക് പ്രാതലിന്നു അമ്പിളിപോലത്തെ ഇഡ്ഡലി പുഴുങ്ങി. കാപ്പിയുണ്ടാക്കി. ഉച്ചക്കഞ്ഞിയും.

ഇവിടിരിക്കുമ്പോൾ ഈ വിജനത നശിപ്പിക്കാനൊരു പട്ടണവീരനെത്തിയിരിക്കുന്നു. മടിനിറയെ പണം. ഓഹരി ദല്ലാൾ പ്രഭു. അയാൾ രഹസ്യമായി ടൂറിസം എന്നൊരു കുഞ്ഞിനെ, കള്ളക്കടത്തായി മാറാപ്പിൽ കൊണ്ടുവന്നു. വനമേഖലയിൽ ടൂറിസക്കോലത്തിനു സ്ഥാനമെവിടെ എന്നു നാട്ടുകാർ ചോദിച്ചു തുടങ്ങിയിരുന്നു.

ഞാനോ?

ഞാനൊരു ദൈവഭക്തൻ. ഈ പെരുമാളിനെ തൊഴാനായിട്ടു മാത്രം വന്നവൻ. അന്നദാനമാണ് എന്റെ പ്രാർത്ഥന. നിവേദ്യം സ്വീകരിച്ചാലും തേവരേ. വന്ന നാളുകളിൽ അമ്പലത്തിലെ സത്രംഹാളിൽ വെറും തറയിൽ പായ്‌വിരിച്ചുറങ്ങി. വാവുബലിക്കാർക്കൊപ്പം വഴിപാട് അത്താഴം കഴിച്ചു. പുണ്യം പിന്നേയും നേടി.

നാടിന്റെ പുണ്യം തെളിയിക്കാൻ നാടടക്കി ഒരു സദ്യ നൽകി. ദൈവം തമ്പുരാൻ കനിഞ്ഞുതരുന്ന പണം? ചെലവഴിക്കേണ്ടേ! പാവങ്ങൾ വീടൊഴിഞ്ഞു പോകുമ്പോൾ, ഓരോ പുരയിടവും കോലും കാലും കഴുക്കോലും പുൽക്കൂരയും മേടിച്ചനുഗ്രഹിച്ചുവിട്ടു. ഗ്രാമീണരെ കുടിൽതേടിച്ചെന്നു കണ്ടു. കുശലം ചോദിച്ചു. മുറുക്കാൻ പങ്കിട്ടു. പ്രാതൽ കഴിച്ചോ എന്നാരാഞ്ഞു.

ക്രമത്തിൽ അമ്പലത്തെ സേവിച്ചു. വഴിപാടുകൾ, സദ്യകൾ. കവലയിൽനിന്നും പത്രം നോക്കി നാട്ടുവിവരം അറിഞ്ഞു. അവസാനത്തെ പേജിൽ നിന്നു പുറകോട്ടു സഞ്ചരിച്ചു. കവലയിൽ ഒരു ചുടുചായയ്ക്കും ഒരു ബീഡിക്കും വരുന്ന നിത്യക്കാരോടു ചിരിച്ചു. കുശലം പറഞ്ഞു. ഒരാളേയും ഒഴിവാക്കുന്നില്ല.

കേമൻ.

നല്ല കാശുകാരൻ.

എന്നാലും ആ നാട്യം ഇല്ല.

സാരായി എല്ലാരോടും മിണ്ടിപ്പറയുന്നവൻ.

അന്നേരത്തൊരു കാറ്റിലാണ് അപ്പുനായരുടെ പഴയ വീട് നിലം പൊത്തിയത്. അപ്പുനായരുടെ സ്വന്തക്കാരെല്ലാം ചുരത്തിനു കീഴെ. തെക്കോ വടക്കോ അതോ കിഴക്കോ? പൈതൃകമായിക്കിട്ടിയ ഒരു മൺപുരയും അരയേക്കർ നിലവുമുണ്ട്. പാട്ടത്തിനു കൊടുക്കുകയാണ്. സ്ഥിരം പാട്ടത്തിന്ന്. അപ്പുനായരുടെ അവസാനത്തെ അവലംബമാണ് നിലം പൊത്തിയിരിക്കുന്നത്. തീർത്തും അശരണനായി. ദൈവനിശ്ച യമല്ലേ?

''അപ്പാര് നാട്ട്ലിക്ക് പോക്കോ.'' ബോംബെ മുതലാളി എന്ന പേരു വീണ മഹാശയൻ പറഞ്ഞു.

''ഈ മണ്ണല്ലേ എന്നെ പിടിച്ചു പൂട്ടിയിരിക്ക്ണത്.''

അമ്പലക്കുന്നിന്റെ നേർക്ക് തിരിഞ്ഞു കൈകൂപ്പി അയാൾ മന്ത്രിച്ചു. ''ഈ പെരുമാളില്ലേ എന്നെ കാക്കാൻ.''

''തീർച്ചയായും.''

അരയേക്ര മണ്ണും സമീപത്തെ പച്ചസ്വർണ്ണക്കാടിന്റെ ഒരു കീറും ദൈവതുല്യനായ അയാൾ വാങ്ങി.

കാറ്റും മഴയും വീറോടെ പൊരുതി തോൽപ്പിക്കുന്ന മനുഷ്യരുടെ ഗേഹങ്ങൾ, കുടിലും വീടും പ്രഭാതത്തിൽ ചുറ്റിനടന്നു. തിരിച്ചെത്തുന്ന ബോംബെക്കാരൻ ഒരു ദിവസം കുമാരൻ കുട്ടിയോടു പറഞ്ഞു. ''ഈടെ എനക്കൊരു കുടിലുവയ്ക്കാൻ ഇടം തരുമോ?''

''കുടിലോ?'

''കിടിലൻ വീടൊന്നും വേണ്ടപ്പാ. വല്ലപ്പോഴും വരുമ്പോ സ്വൈര മായി കിടന്നുറങ്ങാൻ. തന്റെ അയൽപക്കോം കേമം.''

''ഞാനിപ്പൊവിൽക്കുന്നില്ലല്ലോ ഏട്ടാ.''

''തന്റെ കടമെങ്ങനെ വീട്ടും?''

കുമാരുട്ടി ഞെട്ടി.

''വീട്ടണം. കുറ്റിയറ്റു പോകുന്നതുകണ്ടിട്ടില്ലെ, പലരും.''

അയാൾ ഉദാഹരണങ്ങൾ നിരത്തി.

''ഞാനും ഒരു നാൾ ഭൂപണയബാങ്കിൽ പോയിരുന്നു.''

കുമാരുട്ടിയെ വിശ്വാസക്കേട് ഗ്രസിച്ചു.

അവനൊന്നും മിണ്ടിയില്ല.

''ഈ വലത്തെ നിലത്തിൽ ഒരിരുപതു സെന്റ് മതി.''

''പറ്റില്ല. ഇതെന്റെ മാത്രം മുതലല്ല. നാട്ടിൽ അനീത്തിമാരും അനി യന്മാരും ഉണ്ട്.''

''അതിനെന്താ, ഞാൻ നല്ല വില തരും.''

ബോംബെക്കാരൻ സ്ഥലം മേടിക്കുന്നുണ്ടെന്നും പൊന്നുവിലയാണെന്നും ശ്രുതി പരന്നു.

കെട്ടിച്ചുവിടാനുള്ള പെൺമക്കളുടെ രക്ഷിതാക്കളേക്കാൾ ഉത്സാഹത്തോടെ പല നാട്ടുകാർ പുതിയ ബോംബെക്കാരനെത്തേടി കവലയിലെത്തി. ഗ്രാമത്തിൽനിന്നു മാത്രമല്ല, ദൂരെ നാട്ടിനപ്പുറമുള്ള നഗരത്തിൽ നിന്നുപോലും ആവശ്യക്കാർ.

ഇവിടെ ദാരിദ്ര്യവും ഇല്ലായ്മയും ചത്തുപോവും. ഒരു പുതുനഗരം തന്നെ വരും. ഇയാൾ വിചാരിച്ചാൽ ഒരു വിമാനത്താവളം വരെ. തൊഴിലേതും ഇല്ലാത്ത ഗ്രാമീണർ സ്ഥലത്തെ ഒറ്റക്കടയുടെ മുമ്പിലും ഗുംടികളുടെ പിന്നാമ്പുറത്തും നിന്നു സ്ഥലം വില്പനയെക്കുറിച്ച് പിറുപിറുത്തു. സൗകര്യമില്ലാത്തതിനാൽ മാത്രം പഠനം പാതിനിർത്തിയ മിടുക്കൻ കുഞ്ഞുങ്ങളുടെ പിതാക്കൾ നെലം വിറ്റും അവരെ ഹോസ്റ്റലിലയയ്ക്കാൻ തീരുമാനിക്കുന്നു. നമ്പീശന്റെ മകൻ ബലരാമൻ വള്ളത്തോൾ വിദ്യാപീഠത്തിൽ സംഗീതവും കഥകളിയും പഠിക്കാൻ ഒരു സീറ്റിനു ഏർപ്പാടാക്കി.

അങ്ങനെയാണ് ബോംബെക്കാരൻ സ്ഥലത്തെ ജലപൂരിതമായ നദിയിലൂടെ ആദ്യം അരികുകെട്ടി കൽപതിച്ച മതിൽ കെട്ടിയത്. പുഴയാഴത്തിലെ അരികിലെ ഉരുളൻ കല്ലെല്ലാം പെറുക്കുന്ന, ചുമക്കുന്ന പണി കിട്ടിയപ്പോൾ, ഗ്രാമപ്പെണ്ണുങ്ങൾ നല്ല ചേല മേടിച്ചുറ്റി. ഞായറാഴ്ചതോറും അവർ ബസ്സുകളെ നിറച്ചു, കാട് കവച്ചു നഗരത്തിലെത്തി.

പുരോഗതിയുടെ പത്രവാർത്തകളിൽ വനഗ്രാമം നിറഞ്ഞു തുളുമ്പി. ഗ്രാമീണ ഭവനനായകന്മാർ ദിനപ്പത്രം മേടിക്കാൻ മുണ്ടു മുറുക്കിച്ചുറ്റി.

കരഞ്ഞത് കുമാരൻകുട്ടി മാത്രമാണ്. അതീവരഹസ്യമായി. കടം വന്നു വിറ്റുപോയ അവന്റെ വയലുകളിൽ പലതരം പല ചേലിൽ ടൂറിസ്റ്റ് ഹോം തറകൾ പൊങ്ങി. പിന്നെ കുന്നിറങ്ങി, സ്വന്തം മുറ്റത്തൂടെ ഗ്രാനൈറ്റ് കേറ്റിയ ട്രങ്കുകൾ, ഏന്തി വലിഞ്ഞു ഞരങ്ങിയമറി രാവുതോറും അവന്റെ ഉറക്കത്തെ ചതച്ചരച്ചു. അവന്റെ പണിതീരാത്ത വീടിന്റെ ഒരു മൂലച്ചുമരിനെ ഗ്രാനൈറ്റ് ട്രക്ക് ഇടിച്ചുപൊടിച്ചു.

കണ്ണീരു കല്ലിച്ചു മുഖവുമായി ഞങ്ങളുടെ അവധിക്കാലത്തിന്റെ വാതിൽക്കൽ കുമാരൻകുട്ടി തളർന്നു നിൽക്കുന്നു.

കയ്യിലിരുന്ന പാൽപ്പാത്രത്തിലെ പത മണ്ണിലേക്ക് മെല്ലെ ഇറങ്ങുന്നു.

ഇന്ന് അമ്പലത്തിൽ പോകുന്നില്ലേ? ഇല്ല, പോകണം.

■

ചക്രം

നവവധുവുമായി നഗരത്തിലെത്തിയ ശിവനുവേണ്ടി സുഹൃത്തുക്കൾ ഒരു വീടൊരുക്കി വച്ചിരുന്നു, അവർക്ക് ചെയ്യാൻ കഴിയുന്ന ഏറ്റവും നല്ല പ്രവൃത്തി. വിവാഹം കഴിഞ്ഞ് ഒരു വർഷമായിട്ടും ഭാര്യയെ ജോലി സ്ഥലത്തേക്ക് കൊണ്ടുവരാതിരുന്നത് പറ്റിയ ഒരു വീടുകിട്ടാത്തതു കൊണ്ടാണെന്ന് ശിവൻ പറഞ്ഞിരുന്നു. അതിന്റെ പോരായ്‌ക തങ്ങ ൾക്കും കൂടിയാണെന്നു സുഹൃത്തുക്കൾ കരുതി.

ശിവനെ പുസ്തകങ്ങളുടെ തെരുവിൽ നിന്ന് പിടിച്ചിറക്കിക്കൊണ്ടു വന്ന് വിവാഹം ചെയ്യിച്ചതിലും അവർക്കായിരുന്നു പ്രധാന പങ്ക്. സുഹൃ ത്തിനെ വീടില്ലാത്തവനായി വഴി മദ്ധ്യേ ഉപേക്ഷിക്കാൻ അവർ തയ്യാ റായില്ല. പറ്റിയൊരു വീടിനുവേണ്ടി ശിവനേക്കാൾ കൂടുതൽ തിരഞ്ഞു നടന്നത് ഒന്നിച്ചു പന്ത്രണ്ടുകൊല്ലം ഒരേ ലോഡ്ജിൽ താമസിച്ചിരുന്ന സുഹൃത്തുക്കളാണ്. അതിലവർ വിജയിച്ചു.

കണ്ണമ്മാൾ തെരുവിലൊരു ഫ്ളാറ്റ്. ഗ്രൗണ്ട് ഫ്ളോർ. കൂട്ടുകാരുടെ കുടുംബങ്ങൾ ദൂരെയല്ല താമസിക്കുന്നത്.

അങ്ങനെ നാട്ടിൻപുറത്തെ ദുസ്സഹജീവിതത്തെക്കുറിച്ചു നിരന്തരം കത്തുകളെഴുതി തന്നെ പീഡിപ്പിച്ചുകൊണ്ടിരുന്ന പ്രിയപത്നിയെ ശിവൻ നഗരത്തിലേക്കു കൊണ്ടു വന്നു.

ഫ്ളാറ്റിനെക്കുറിച്ച് പ്രേമയ്ക്ക് മതിപ്പുതോന്നി. വിവാഹിതരായി ബോംബെയ്ക്കുപോയ തന്റെ കൂട്ടുകാരികൾ മൂന്നുപേർക്കും ഇത്തര മൊരു ഫ്ളാറ്റിൽ താമസിക്കാനുള്ള ഭാഗ്യമുണ്ടാവില്ല. ഒറ്റമുറിയിലാ ണവർ കുടുംബം പുലർത്തുന്നത്. വയ്പും തീനും കിടപ്പും അതിഥി കളെ സ്വീകരിക്കലും ഒരേ മുറിയിൽ. അതെന്തൊരു ജീവിതം?

അടുത്തുതന്നെ ചന്തയുണ്ട്. മാർക്കറ്റുണ്ട്. പൂക്കടയും ഭജനകോവി ലുമുണ്ട്. ഒരു തെരുവുകൂടി തിരിഞ്ഞാൽ മൈതാനം. മൈതാനത്തിൽ എക്സിബിഷൻ. സർക്കസ്സ് കൂടാരം. എല്ലാത്തിനുമുപരി പ്രേമയുടെ ഉള്ളം കുളിർപ്പിച്ചത് പടിവാതില്ക്കൽ എണ്ണമറ്റ മാസികകളുടെ വർണ മാലകൾ ഞാത്തിയിട്ട പെട്ടിക്കടയാണ്.

നാട്ടിലെ നഴ്സറി സ്കൂൾ അദ്ധ്യാപികയുടെ സ്ഥാനം രാജിവച്ച് ഇങ്ങോട്ടു പോരാൻ തോന്നിയത് എത്ര നന്നായി. അവൾ സ്വയം അഭിനന്ദിച്ചു. ശിവേട്ടന്റെ ചെലവ് ശമ്പളത്തിലൊതുങ്ങാതാവും എന്ന് അമ്മായിയമ്മ സൂചിപ്പിച്ചിരുന്നു. വിവാഹം കഴിഞ്ഞു നാട്ടിൽ താമസിക്കുന്നത് ഒരു കുറച്ചിലായി അവൾക്കു തോന്നി. ഹോട്ടൽ ഭക്ഷണം മകന്റെ ആരോഗ്യത്തെ നശിപ്പിച്ചു തുടങ്ങുന്നു എന്നാലോചിച്ചപ്പോൾ അമ്മ പൂർണ്ണ സമ്മതമരുളി.

ആദ്യത്തെ രണ്ടാഴ്ചകളിൽ ഗൃഹജോലികളെക്കുറിച്ച് അവൾ ചിന്തിച്ചതേയില്ല.

നഗരത്തിൽ എന്തെന്തു കാഴ്ചകൾ. ഇതിനുമുമ്പിൽ താൻ ജനിച്ചു വളർന്ന കൊച്ചു പട്ടണം ഒരു കളിക്കോപ്പുപോലെ ചെറുതാണെന്ന് അവൾക്കു തോന്നി.

എല്ലാ നവവധൂവരന്മാരും ചെയ്യുമ്പോലെ അവർ മൃഗശാലയും പാർക്കുകളും മ്യൂസിയവും നക്ഷത്രബംഗ്ലാവും വിസ്തരിച്ചു കണ്ടു. മ്യൂസിയത്തിൽ റാണിമാരുടെ പഴയ അന്തഃപുരത്തിൽ ഒരു ദിവസം മുഴുവനും ചെലവഴിച്ചാലും മതിവരുകയില്ലെന്ന് അവൾക്കു തോന്നി. പക്ഷേ ശിവന് ഈ വക കാര്യങ്ങളിൽ ഒരു താത്പര്യവുമില്ല. അവളെ പരിചയക്കാർക്കൊപ്പം ചുറ്റാൻ വിട്ട് അയാൾ പ്രവേശനദ്വാരത്തിലെ ബുക്സ്റ്റാളിന്നു മുമ്പിൽ പുസ്തകങ്ങൾ മറിച്ചു നോക്കിക്കൊണ്ടു നിന്നു.

മ്യൂസിയം ഒരു വട്ടം കറങ്ങി തിരിച്ചു പടിവാതില്ക്കലെത്തിയ അവളുടെ കൈനിറയെ കൗതുക വസ്തുക്കൾ കണ്ട്, തിരഞ്ഞെടുത്തു വച്ചിരുന്ന പുസ്തകം ശിവൻ കടക്കാരന്റെ കൗണ്ടറിൽ തിരികെ വച്ചു.

''ഇപ്പോൾ വേണ്ട. അടുത്ത ദിവസം മേടിച്ചോളാം.''

''മറ്റാരെങ്കിലും മേടിച്ചുപോകും.'' കടക്കാരൻ ഓർമിപ്പിച്ചു.

ഭർത്താവ് എത്ര കൊതിയോടെ മറിച്ചുനോക്കിക്കൊണ്ടിരുന്ന പുസ്തകമെന്തെന്നറിയാനുള്ള ആർത്തിയോടെ പ്രേമ അതെടുത്തു മറിച്ചുനോക്കി. പുറംചട്ടയില്ല. ആദ്യത്തെ പേജുകളില്ല. തൊട്ടാൽ പൊടിയുന്ന പരുവം: അവളതു പഴയ സ്ഥാനത്തു വച്ചു. തന്റെ പ്രിയപ്പെട്ട 'ക്യൂറി'യോകളെ മാറോടു ചേർത്തു.

നഗരത്തിൽ താമസമാക്കി മാസം രണ്ടു കഴിഞ്ഞിട്ടും കുടുംബസമേതം ഹോട്ടലിൽ ഉണ്ണാൻ പോകുന്ന ശിവനോടു കൂട്ടുകാരൻ രമേഷ് പറഞ്ഞു:

''മതിയെടോ മധുവിധു. രണ്ടു പാത്രങ്ങൾ മേടിച്ച് വീട്ടിൽ അരി വെയ്ക്കാൻ നോക്ക്.''

താനൊരു ഗൃഹസ്ഥനാണെന്ന വിചാരം ശിവന്റെ ഉള്ളിലുദിച്ചു. അന്നു വൈകീട്ട് പ്രേമയ്ക്ക് പ്രിയപ്പെട്ട നടൻ അഭിനയിച്ച ഒരു മാറ്റിനി ഷോ കണ്ടു വരുംവഴിക്ക് അവർ പാത്രക്കടയിൽ കയറി.

പ്രേമ പറഞ്ഞു.

''എനിക്കറിഞ്ഞൂടാ, ശിവേട്ടാ എന്തെല്ലാം പാത്രങ്ങളാണ് വേണ്ട തെന്ന്. വീട്ടിൽ ഞാൻ അടുക്കളയിൽ കയറാറില്ല. എല്ലാം അമ്മയാണ് ചെയ്തിരുന്നത്.''

അവളുടെ തറവാട്ടിൽ നിന്ന് ആദ്യമായി ഉദ്യോഗത്തിനു പോകുന്ന പെൺകുട്ടിയായിരുന്നു അവൾ, അവളേക്കൊണ്ട് അടുക്കളപ്പണി ചെയ്യിക്കുന്നത് മാനക്കേടാണെന്ന് അമ്മ വിചാരിച്ചു. ശിവൻ പെണ്ണുകാണാൻ ചെന്ന ദിവസം അവർ അഭിമാനത്തോടെ പറഞ്ഞിരുന്നു.

''ഒരു ചായയുണ്ടാക്കാൻ അറിയില്ല, ഇവൾക്ക്.''

ലോഡ്ജ് വാസത്തിനിടയിൽ ഊഴമിട്ട് പാചകം ചെയ്തുശീലിച്ച ശിവന്ന് അതൊരു പ്രശ്നമായിരുന്നില്ല. പത്തു ദിവസത്തിലൊരിക്കൽ ശിവന്റെ ഊഴമായിരുന്നു. അന്നെല്ലാം രമേഷ് രക്ഷിച്ചു പോന്നു. അരി അടുപ്പത്തിട്ട് പുസ്തകം വായിക്കാനിരിക്കുന്ന ശിവൻ അതിൽ നിന്ന് നിവരുക, പലപ്പോഴും ഊണ് പ്ളേറ്റിൽ ആരോ വിളമ്പി വയ്ക്കുമ്പോഴാകും.

അയാൾ ഭാര്യയോട് അഭിമാനത്തോടെ പറഞ്ഞു:

''പാത്രം മേടിക്കാനും അതിൽ അരിയും കറിയും വയ്ക്കാനും എനിക്കറിയാം.''

ശിവൻ പാത്രങ്ങൾ തിരഞ്ഞെടുത്തു. നല്ലൊരു സ്റ്റൗവ് മേടിച്ചു. എക്സ്ട്രാ തിരികളും പിന്നും മേടിച്ചു. പലവ്യഞ്ജനങ്ങളും അരിയും മേടിച്ചു. പ്രേമ എല്ലാം അത്ഭുതത്തോടെ നോക്കിനിന്നു. തന്റെ പ്രിയതമൻ കൊള്ളാമല്ലോ എന്ന് തല കുലുക്കി.

അവസാനം വിജയിയുടെ ഭാവത്തിൽ അവൾ ചോദിച്ചു:

''എവിടെ പ്രഷർകുക്കർ?''

''ഓ, പിന്നീട് മേടിക്കാം. രണ്ടുമാസം കഴിയട്ടെ. വലിയ വിലയാണ്.''

അവളുടെ മുഖം വാടി. കുക്കറിൽ അരിവയ്ക്കുന്ന വിധം ഒന്നു പരീക്ഷിച്ചു നോക്കണമെന്നുണ്ടായിരുന്നു, അവൾക്ക്.

വീട്ടുപടിക്കലെ പെട്ടിക്കടയിൽ നിന്ന് രണ്ടു വാരികകളും ഒരു മുല്ലപ്പൂമാലയും മേടിച്ച് അവർ ഷോപ്പിങ്ങ് പര്യവസാനിപ്പിച്ചു.

തെലുങ്കത്തി വീട്ടുടമയുണ്ട് വാതില്ക്കൽ അക്ഷമയോടെ കാത്തുനില്ക്കുന്നു.

അടുത്ത ദിവസം തുടങ്ങി പാൽക്കാരി പാലുതരും. പാൽ കറന്നിട്ടു കൊണ്ടുവരണോ? അതോ പശുവിന്റെ അകിടോടെ കൊണ്ടുവരണോ? അങ്ങനെയാണെങ്കിൽ അമ്പതുപൈസ അധികം കൊടുക്കേണ്ടിവരും.

അല്ലെങ്കിൽ അമ്പതുപൈസയ്ക്ക് വെള്ളം ചേർക്കുമെന്ന്. പ്രേമ പുരികം ചുളിച്ചു.

പശുവിനെ കൊണ്ടുവന്ന് ഇവിടെ കറക്കട്ടെ. വെള്ളം ചേർത്ത പാൽ വിഷമെന്നാണ് അമ്മ പറയാറ്. അതും ഇവിടത്തെ വെള്ളോം.

വണ്ടിയിൽനിന്ന് പൊതിക്കെട്ടുകൾ പെറുക്കി കോണിച്ചോട്ടിൽ അടുക്കുന്നതിനിടയിൽ ശിവൻ തടഞ്ഞു. നീയെന്താണ് പറയുന്നത് പ്രേമേ? പശുവിനെ കറക്കുന്നത് നോക്കിനില്ക്കാൻ ആർക്കാ നേരം?

അവൾ ഉറപ്പിച്ചു പറഞ്ഞു:

''ഞാൻ നോക്കും.''

കോണിച്ചോട്ടിൽ പാത്രങ്ങളും പാക്കറ്റുകളും കുന്നുകൂടി. സുഹൃത്തുക്കൾ ഏർപ്പെടുത്തിയ ഗ്രൗണ്ട് ഫ്ളോർ മറ്റൊരാളുമായി എകസ്ചേഞ്ച് ചെയ്തത് മോശമായെന്ന് ശിവനുതോന്നി. പ്രേമയ്ക്കായിരുന്നു വാശി. മുകളിലെ വരാന്തയിൽ നിന്നാൽ നഗരത്തിന്റെ ഭംഗി കാണാം. നിരനിരയായി നില്ക്കുന്ന വെണ്മാടങ്ങൾ, മട്ടുപ്പാവിൽ കാറ്റു കൊള്ളുന്ന സുന്ദരിമാരും കിടാങ്ങളും. വർണ്ണങ്ങൾ കോരിച്ചൊരിയുന്ന ബോഗൈൻ വില്ലകൾ. സ്വന്തം വീട്ടുമുറ്റത്ത് ഒരു പൂന്തോപ്പില്ലാത്തതിന്റെ കുറവ് അങ്ങനെ നികത്താമെന്ന് അവൾ വിചാരിച്ചു.

പലവട്ടം കോണി കയറിയിറങ്ങി ശിവൻ തളർന്നു അയാൾ ഉടുപ്പൂരിയിട്ട് ഈസി ചെയറിൽ മലർന്നു.

കാലത്തു വന്നുകിടക്കുന്ന നിവർത്തീട്ടില്ലാത്ത പത്രമെടുത്ത് ശിവൻ വായിക്കാൻ തുടങ്ങി തണുത്ത ചായപോലെ പഴക്കം ചെന്ന വാർത്തകൾ.

പത്രം മടക്കി മേശമേലിട്ട് അയാൾ ഭാര്യയെ നോക്കി. കുളികഴിഞ്ഞു വന്ന് അവൾ മെത്തയിൽ കിടന്ന് വാരിക വായിക്കുകയാണ്. അല്പം ചീർത്ത അവളുടെ വെളുത്ത കവിളുകൾക്ക് നീല വെളിച്ചം പകരുന്ന സ്നിഗ്ദ്ധതയെ ഒട്ടിട നോക്കിയിരുന്നു. അയാൾ വിചാരിച്ചു. മേക്കപ്പ് ചെയ്യാത്ത ഇവളുടെ മുഖത്തിന് ഒരു മന്ദാരപ്പൂവിന്റെ മൃദുലതയുണ്ട്. അയാൾ വിളിച്ചു.

''പ്രേമേ...''

കിടപ്പിൽ നിന്ന് അനങ്ങാതെ അവൾ പുരികമുയർത്തി. പിന്നെ എണീറ്റിരുന്നു പറഞ്ഞു:

''നല്ല ആളാണ്. എവിടെ തുടർക്കഥയുടെ അഞ്ചും ആറും ലക്കങ്ങൾ?''

''പുതിയതാണല്ലോ മേടിച്ചത്.''

അവൾ എണീറ്റ് അടുത്തുവന്നു. നീളം കുറഞ്ഞ തുടുത്ത വിരലുകൾ ശിവന്റെ തലമുടിയിൽ സഞ്ചരിച്ചു.

''ഒന്നു പോയി വരൂന്നേയ്. കട ഇപ്പോൾ അടച്ചിട്ടുണ്ടാവില്ല പഴയ ലക്കങ്ങൾ അവിടെയുണ്ടാവും തീർച്ച.''

ശിവൻ ചോദിച്ചു.

''ഈ സാധനങ്ങളെല്ലാം എടുത്തുവയ്ക്കേണ്ടേ? എപ്പോഴാണ് ചോറുവയ്ക്കുന്നത്? അല്ലെങ്കിൽ നാലു ചപ്പാത്തിയുണ്ടാക്കുന്നത്?''

''ഒരു കാര്യം ചെയ്യൂ. വരുംവഴി റൊട്ടിക്കടയിൽ കയറി ഒരു ബ്രെഡ്ഡും ഒരു കുപ്പി ജാമും മേടിച്ചാൽ എളുപ്പമായി.''

വിയർപ്പിൽ കുതിർന്ന കുപ്പായം അയാൾ വീണ്ടുമെടുത്തു ധരിച്ചു. പടിയിറങ്ങുമ്പോൾ ഓർമ്മിപ്പിച്ചു.

''വാതിലടച്ചേക്കൂ.''

പത്രക്കടക്കാരൻ മാസികളുടെ കെട്ട് അപ്പാടെ മുമ്പിൽ വച്ചു കൊടുത്തു.

ശിവനു ശങ്കയായി.

ഇവയിലേതാണ് അഞ്ചും ആറും ലക്കങ്ങൾ?

മൂന്നിനം വാരികകൾ. ഏതാണവൾ മേടിച്ചിരുന്നത്?

അപ്പോൾ സഹതാപം പുരണ്ട മിഴികൾ ശിവനിൽ ഊന്നിക്കൊണ്ടു കടക്കാരൻ പറഞ്ഞു.

''വലത്തെ അട്ടിയിലുള്ള രണ്ടിനത്തിൽ ഏതോ ആയിരിക്കണം.''

ശിവൻ രണ്ടു വാരികകളുടെ അഞ്ചും ആറും ലക്കങ്ങൾ വീതം തിരഞ്ഞെടുത്തു.

റൊട്ടിക്കടയുടെ മുമ്പിലെത്തിയപ്പോൾ പോക്കറ്റിൽ വെറും മുപ്പത്തഞ്ചു പൈസ. ഒരു സിഗററ്റു മേടിച്ചു. അയാൾ നിമിഷംതോറും എണ്ണം വർദ്ധിച്ചു കൊണ്ടു വരുന്ന കോണിപ്പടികൾ കയറാൻ തുടങ്ങി.

ഗ്രൗണ്ട് ഫ്ളോറിലെ സുബ്രഹ്മണ്യം ചോദിച്ചു.

''ഇതെത്രാമത്തെ തവണയാണ്?''

ശിവന് ചിരിക്കാനുള്ള ശേഷി ഉണ്ടായിരുന്നില്ല.

വിവാഹം കഴിഞ്ഞു കുടുംബവുമായി താമസമായപ്പോൾ ശിവൻ തങ്ങളെ മറന്നുവെന്ന് കൂട്ടുകാർ പരാതിപറയാൻ തുടങ്ങി, ബുക് സ്റ്റാളിലോ ബീച്ചിലോ, ക്ലബ്ബിലോ തന്നെ കാണുന്നില്ലല്ലോ.

ശിവൻ പ്രേമയ്ക്ക് വർണ്ണനൂലുകൾ മേടിക്കാൻ കടയിൽ കയറിയതാണ്.

''നാളെ ഞാനങ്ങോട്ടു വരുന്നുണ്ട്.'' രമേശൻ പറഞ്ഞു. ''മിസ്സിസ് പ്രേമയുടെ പാചകം ഒന്നാസ്വദിക്കാൻ.''

ശിവൻ നടുങ്ങി. അയാൾ പറഞ്ഞു.

''നാളെ ഞങ്ങൾക്ക് അവളുടെ ഒരു ബന്ധു വീട്ടിൽ പോകേണ്ട തുണ്ട്.''

തയ്യൽ മെഷീനും വർണ്ണനൂലുകളും മേടിച്ചു തന്റെ സഹധർമ്മിണി കുടുംബ വരുമാനം വർദ്ധിപ്പിക്കുന്നതിൽ ദത്തശ്രദ്ധയാണെന്ന വസ്തുത തല്ക്കാലം സുഹൃത്തിനോടു പറയേണ്ടതില്ല.

പ്രേമതന്നെയാണ് പ്രശ്നം അവതരിപ്പിച്ചത്. വെറും അറുനൂറ്റമ്പതു രൂപാ ശമ്പളം കൊണ്ട് എങ്ങനെ ഈ നഗരത്തിൽ കഴിയും? ഒരു വേല ക്കാരിയെ വയ്ക്കാൻ പോലും കഴിയുന്നില്ല. തനിക്കാണെങ്കിൽ പാചക വേല തരിമ്പും അറിയില്ല. അറിയുന്ന വേല ഒന്നുണ്ട്. തയ്യൽപണി. ഡിഗ്രിയെടുക്കാൻ കഴിയില്ലെന്നു തോന്നിയപ്പോൾ മൂന്നുവർഷവും ഒരു പാടു പണവും ഈ തയ്യൽ പഠിക്കാൻ ചെലവാക്കി. പിന്നീടവൾ നാൾ തോറും വർദ്ധിച്ചു വരുന്ന തയ്യൽക്കൂലിയേപ്പറ്റി പറഞ്ഞു. കൺസ്യൂമർ മാർക്ക് ടെയ്‌ലർമാരിൽ വിശ്വാസം കുറഞ്ഞിരിക്കുന്നു. പറഞ്ഞ സമ യത്തു കൊടുക്കില്ല. അതുകൊണ്ട് ഒരു മെഷീൻ മേടിപ്പിക്കാം ദിവസേന രണ്ടോ നാലോ പീസുകൾ തയ്ച്ചു കൊടുക്കാം. നല്ലൊരു വരുമാനം, ഒരു വേലക്കാരി, ശിവേട്ടന്നു വേണ്ടത്ര വിശ്രമവും.

ഇൻസ്റ്റാൾമെന്റിൽ ഇടപാടു നടത്തുന്ന ഏജന്റിനേയും വീട്ടുടമവഴി അവൾ കണ്ടെത്തിയിരുന്നു.

മെഷീൻ വന്നു വാരികകളോടുള്ള അവളുടെ ഭ്രമം തൽക്കാലം കുറഞ്ഞു. ആദ്യത്തെ ഒരാഴ്ച ഇണക്കമില്ലാത്ത കറവപ്പശുവിനെ മയക്കി എടുക്കും മട്ടിൽ അവൾ സദാ അതിനു ചുറ്റും കഴിച്ചു കൂട്ടി.

ആദ്യത്തെ ഓർഡർ വീട്ടുടമയിൽ നിന്നു തന്നെ. പന്ത്രണ്ടുകാരി മകൾ ക്കൊരു പാവടയും ജായ്ക്കറ്റും. പത്തു വയസ്സുകാരനു നിക്കറും ഷർട്ടും പൊങ്കലിന് ഒരാഴ്ചയേയുള്ളൂ. അന്നു വിരുന്നു പോവാനുള്ള താണ്.

പ്രേമ പറഞ്ഞു.

''രണ്ടു ദിവസം കൊണ്ടുതരാം.''

പുലർകാലത്ത് പാൽക്കാരി മുറ്റത്തു നിന്നു നിലവിളിക്കാൻ തുടങ്ങി. ശിവൻ ഉണർന്നു കിടന്നു. പാലിൽ കുറെ വെള്ളം ചേർത്തോട്ടെ, അവൾ.

ഭിത്തിയുടെ ഉയരത്തിൽ തട്ടിന്മേൽ അടുക്കിവച്ച പുസ്തകങ്ങളുടെ നേർക്ക് നോട്ടമയച്ച് അയാൾ അനങ്ങാതെ കിടന്നു. മണ്ണാത്തന്മാർ പുസ്തകങ്ങളുടെ മേൽ തോരണം തൂക്കുകയാണ്. അവ അലട്ടില്ലാതെ ഉറങ്ങുകയാണെന്നു ശിവൻ സങ്കല്പിച്ചു. അടുത്ത നിമിഷം അയാൾ സ്വയം ചോദിച്ചു. അവ മരിച്ചിരിക്കുമോ? ചരമാവരണം നെയ്യുകയാണോ മണ്ണാത്തന്മാർ?

പാൽക്കാരി ഒരിക്കൽകൂടി വിളിച്ചു കൂവി.

തിരിഞ്ഞു കിടക്കുന്നതിനിടയിൽ പ്രേമ മുരണ്ടു.

''ശിവേട്ടൻ സ്റ്റൗവ് കത്തിച്ചിട്ടു പൊയ്ക്കോളളൂ താഴോട്ട്.''

അവൾ പറഞ്ഞില്ലെങ്കിലും കാലത്ത് സ്റ്റൗവ് കത്തിക്കുന്നതും അത്താഴത്തിന്റെ എച്ചിൽപാത്രങ്ങളെ സിങ്കിൽ നിന്നു കഴുകിയെടുക്കുന്നതും ശിവനാണ്. സ്വന്തം വീട്ടിൽ വൈകി എഴുന്നേൽക്കാറുണ്ടായിരുന്ന ശീലം മാറ്റാൻ കഴിയാത്തതിൽ അവൾ ശിവേട്ടന്റെ മുഖത്തു നോക്കി പരിതപിച്ചു:

''ഞാൻ വന്നപ്പോ ശിവേട്ടന്നു പണി വർദ്ധിച്ചു.''

സ്റ്റൗവ്വ് കത്തിച്ച് ഒരു പാത്രം വെള്ളം അടുപ്പിൽ കയറ്റിവച്ച് അയാൾ പാൽപ്പാത്രവുമെടുത്ത് അന്നത്തെ കോണിയിറക്കം ആരംഭിക്കുകയായി.

സുബ്രഹ്മണ്യത്തിന്റെ മകൾ കോണിച്ചുവടു കഴുകി കോലം വരച്ചു കഴിയാറായി. മാവു കലക്കിയ പാത്രം വഴിയിൽ നിന്നു മാറ്റിവച്ച് അവൾ വണക്കത്തോടെ മൊഴിഞ്ഞു:

''പാല് കറന്നു കഴിഞ്ഞ് അവൾ പോയി.''

പാൽ പെൺകുട്ടി മേടിച്ചു വച്ചിരുന്നു. അവൾക്കു നന്ദി നിറഞ്ഞ ഒരു നോട്ടം സമ്മാനിച്ചിട്ട് ശിവൻ തൂക്കുപാത്രവുമായി കോണികയറി. വെള്ളം തിളച്ചു തൂവുന്ന ശബ്ദം.

മെഷീനു മുന്നിൽ ചിന്നാലപ്പട്ടു പാവാടത്തുണിയും ടേപ്പുമായി കുത്തിയിരിക്കുന്ന പ്രേമ പറഞ്ഞു:

''മറ്റന്നാൾ പൊങ്കലാണ്. ഇത് ഇന്നു കൊടുത്തില്ലെങ്കിൽ പൊന്നമ്മ എന്നെ കുടിയൊഴിപ്പിക്കും.''

പ്രാതൽ കഴിച്ചു ജോലിസ്ഥലത്തേക്കു പുറപ്പെടുമ്പോൾ ശിവൻ പറഞ്ഞു:

''നിന്റെ ഉപ്പുമാവ് തണുക്കും. ചായയും കഴിച്ചിട്ട് തയ്ക്കാനിരുന്നോളൂ.''

''ഉം.''

''ഉച്ചയ്ക്ക് ഉണ്ണാൻ വരണോ ഞാൻ? നിന്റെ തയ്യല് കഴിഞ്ഞ് സമയം കിട്ട്വോ ചോറ് വയ്ക്കാൻ?''

''ഇതാ, ഇത് ഇപ്പഴ് തീരും.''

ഉച്ചയ്ക്ക് കോണി കയറുമ്പോൾ മുകളിൽ പൊന്നമ്മയുടെ ഉറച്ച സ്വരം.

''ശിവൻ വിചാരിച്ചു, സംഭവിക്കേണ്ടതു സംഭവിച്ചിരിക്കുന്നു.''

വരാന്തയിൽ പ്രേമ, പൊന്നമ്മ നടുവിൽ, വായിലും വയറ്റിലും ഒതുങ്ങാത്ത ഇരവിഴുങ്ങിയ പുത്തൻ ഉടുപ്പുകൾ. പയ്യന്നു ശ്വാസം മുട്ടുന്നുണ്ടെന്നു തോന്നി.

ഒന്നുറക്കെച്ചിരിക്കാനാണ് ശിവന്നു തോന്നിയത്. പൊന്നമ്മയുടെ നാക്കിനെ ഭയന്നു ചിരിയടക്കി.

പൊന്നമ്മ ചെക്കന്റെ നേർക്ക് വിരൽ ചൂണ്ടി:

''കണ്ടോ! ഇതു കണ്ടോ നിങ്ങൾ?''

ശിവൻ അവരെ സമാധാനിപ്പിച്ചു:

''സാരമില്ല. നിക്കറും ഷർട്ടും പുതിയത് തയിപ്പിച്ചു തരാം. വേറെ. കത്രിക പുതിയതായിരുന്നു, വെട്ടി വെട്ടി ചെറുതായിപ്പോയിരിക്കും.''

''അതൊന്നുമല്ല. നിങ്ങൾ മേടിച്ച ടെയ്പ്പിന്റെ കുഴപ്പമാണ്. അളവ് കൃത്യമല്ലാത്ത വില കുറഞ്ഞ ടെയ്പ്പ് മേടിച്ചോണ്ടു വന്നിട്ടാ അങ്ങനെ പറ്റിയത്. ഞാനെത്ര ശ്രദ്ധിച്ചാണ് അളവെടുത്തത്.

അന്നു വൈകീട്ട് പൊന്നമ്മയുടെ പുത്രന് ഉടുപ്പിന്നുള്ള തുണികൾ പരിചയക്കാരന്റെ കടയിൽ നിന്നു കടം മേടിച്ചുകൊണ്ടു വരുമ്പോൾ ശിവൻ തയ്യൽ മെഷീൻ ഏജന്റിനേയും കൂട്ടിക്കൊണ്ടു വന്നു. യന്ത്രം അയാൾ തിരിച്ചു കൊണ്ടുപോയി. ഒരു ജോടി ഉടുപ്പുകളും ഒരു ഇൻസ്റ്റാൾമെന്റു പണവുമല്ലേ ഇപ്പോൾ നഷ്ടമായുള്ളു എന്നു സമാധാനിച്ചു.

പിന്നീട് കുറേ നാളത്തേക്ക് പ്രേമ ഒരു വീട്ടുകാരിയാവാൻ പരിശ്രമിച്ചുനോക്കി. പാത്രങ്ങൾ ഭംഗിയായി അലമാരയിൽ അടുക്കി. പച്ചക്കറികൾ നുറുക്കി. കുപ്പായങ്ങളുടെ അടർന്ന ബട്ടണുകൾ പിടിപ്പിച്ചു. രണ്ടുമൂന്നു പാചകപുസ്തകങ്ങൾ മേടിച്ചു. അതുകൊണ്ടൊന്നും ശിവന്ന് ആശ്വാസം കിട്ടിയില്ല. അടുക്കളയിൽ നിന്നു കരകേറാൻ അയാൾക്കു കഴിഞ്ഞില്ല. മേശപ്പുറത്ത് മടക്കു നിവർത്താത്ത ദിനപത്രങ്ങൾ കുന്നുകൂടി. മറുപടി അയയ്ക്കപ്പെടാത്ത കത്തുകളുടെ എണ്ണം പെരുകി. പിന്നെ അവയുടെ വരവ് നിലച്ചു. നാട് ഒരുവിദൂരസ്വപ്ന മായി.

ആയിടയ്ക്കാണ് പ്രേമയെ മറ്റൊരു ഭ്രമം ബാധിച്ചത്. കൂട്ടുകാരിയുടെ കത്താണ് കാരണം. കൂട്ടുകാരി ഡിഗ്രിയെടുത്ത് ചുളിവിലൊരു ഉദ്യോഗവും സമ്പാദിച്ചിരിക്കുന്നു. അവസാനം ഒരു ചോദ്യവും. ''പ്രേമ വെറും അടുക്കളക്കാരിയായി പരിണമിച്ചു. ഇല്ലേ?''

പിന്നീട് കുറേനാൾ താൻ പൂർത്തിയാക്കാനിരിക്കുന്ന ഡിഗ്രിയെക്കുറിച്ചായി അവളുടെ സംസാരം.

വീട്ടമ്മമാരായതിന്നു ശേഷം പഠിപ്പു പൂർത്തിയാക്കി ഡിഗ്രി നേടിയ നിരവധി പെണ്ണുങ്ങളുടെ ഉദാഹരണങ്ങൾ അവൾ ഭർത്താവിന്റെ മുമ്പിൽ നിരത്തി.

ദീർഘകാലമായി അവൾ ഈ വിഷയത്തിലൊരു ഗവേഷണം തന്നെ നടത്തിയിട്ടുണ്ട്.

അവരുടെ പാർപ്പിടത്തിന്നടുത്ത് ആയിടെ തലയുയർത്തിയ ഒന്നിലധികം ട്യൂട്ടോറിയൽ കോളേജുകളുടെ പരസ്യങ്ങൾ അവൾ ഭർത്താവിന്നു ചൂണ്ടിക്കാണിച്ചുകൊടുത്തു കൂട്ടത്തിൽ നൂറു ശതമാനം വിജയം നേടിയവയുമുണ്ട്. അവയിലൊരു നമ്പർ തന്റേതായാലെന്താണൊരു കുഴപ്പം?

ഇപ്പോൾ തനിക്കാണെങ്കിൽ പ്രത്യേകിച്ചൊരു ജോലിയുമില്ല. വീട്ടിലിരുന്നു മടുത്തു. അവളുടെ വാക്കുകൾ ശിവന്റെ ചെവിപ്പുറമേ ഒഴുകിപ്പോയി.

ഒരു നീണ്ട ദുഃസ്വപ്നം കാണുകയാണ് താനെന്ന് ശിവനു തോന്നാൻ തുടങ്ങി. അതിൽ നിന്ന് കുതറി മാറാൻ അയാൾക്കൊരിക്കലും കഴിഞ്ഞില്ല.

തെരുവിലൂടെ നടന്നുപോകുന്ന ഉദ്യോഗസ്ഥകളുടെ കുടുംബപശ്ചാത്തലം പഠിക്കുന്നതിലായി പിന്നീടവളുടെ ശ്രദ്ധ. ഡിഗ്രിയില്ലാത്തവർ നന്നെ ചുരുങ്ങും.

അവസാനം ശിവൻ ചോദിച്ചു: ''ഡിഗ്രിയെടുത്തിട്ട് എന്താണ് ചെയ്യാൻ പോകുന്നത്? ആരുണ്ട് ജോലി തരാൻ?''

അവൾ കിന്റർഗാർട്ടനുകളുടെ മഹത്ത്വം വിവരിക്കാൻ തുടങ്ങി.

''ചുമ്മാ വീട്ടുവരാന്തയിൽ ഇരുന്നാമതി. കുഞ്ഞുങ്ങളെയും കൊണ്ട് അമ്മമാർ അന്വേഷിച്ചെത്തും. കൈവശം ഒരു ഡിഗ്രിയുണ്ടോ എന്നേ അവർക്കു നോട്ടമുള്ളൂ. കുട്ടികളുമായി കളിക്കുന്നതുപോലെ ഒരു സന്തോഷം വേറെയുണ്ടോ?''

അരി വയ്ക്കാനുള്ള പ്രഷർ കുക്കർ തുടച്ചു മിനുക്കിക്കൊണ്ട് അവൾ പറഞ്ഞു:

''ഇപ്പൊ ശിവേട്ടന്റെ ജോലി കുറെ കുറഞ്ഞില്ലേ?''

പാതി ചിമ്മിയ കണ്ണുകളുമായി ഉള്ളിയരിഞ്ഞുകൊണ്ടു നിന്ന ശിവൻ പൊടുന്നനെ പറഞ്ഞു:

''അയ്യോ.''

ഭർത്താവിന്റെ വിരൽ തുമ്പിൽ ഇറ്റു നില്ക്കുന്ന ചോര കണ്ട് അവളുടെ കണ്ണു നിറഞ്ഞു. ചേലത്തലപ്പുകൊണ്ട് കണ്ണുകളൊപ്പി അവൾ പിറുപ്പിറുത്തു:

''ഇതാണ് ഞാൻ പറഞ്ഞത്, ഒരു വേലക്കാരിയെ വയ്ക്കണംന്ന്.''

''രണ്ടു പേർക്കും ജോലിയില്ലാതെ അതു സാധിക്കുമോ?''

വൈകിയാണ് ശിവനു ബുദ്ധിയുദിച്ചത്. അയാൾ ഭാര്യയെ കോളേജിൽ ചേർക്കാൻ തീരുമാനിച്ചു.

താൻ മേടിച്ചിരിക്കുന്നത് ഒരു സെക്കൻഡ് ഹാൻഡ് സൈക്കിളാണ് എന്നു വിശ്വസിക്കാൻ കഴിയുന്നില്ല, പുതുമ മാഞ്ഞിട്ടില്ല. പഴയൊരു കൂട്ടുകാരൻ ഇടയ്ക്കു നിന്നതുകൊണ്ടാണ് ഇത്ര ലാഭത്തിൽ കിട്ടിയത്. സാധനത്തിനല്ല, അതു കിട്ടിയ സന്ദർഭത്തിന്നാണ് വില. ഇപ്പോൾ ഇതു കിട്ടിയിരുന്നില്ലെങ്കിലോ? പ്രേമയ്ക്ക് ദിവസേന ഒരു രൂപ ബസ്സുകൂലി ലാഭം.

തിരിച്ചുവരും വഴി മാർക്കറ്റിൽ കയറി പച്ചക്കറി മേടിക്കാം.

ശിവൻ ഒരു സുഹൃത്തിന്റെ ചുമലിലെന്നപോലെ സൈക്കിളിന്റെ ഹാൻഡിലിൽ മുട്ടു ചായ്ച്ച് താഴെ കാത്തു നിന്നു.

''ഒരു കാക്കക്കുളി'' കുളിക്കാനെന്നു പറഞ്ഞു അവൾ കുളിമുറിയിൽ കയറീട്ട് മണിക്കൂർ ഒന്നു കഴിഞ്ഞു. അതിന്നിടയ്ക്ക് ശിവൻ പൂരിയും ചായയു മുണ്ടാക്കി. അവൾക്കുള്ളത് മേശമേൽ അടച്ചുവച്ചു സ്വയം ഭക്ഷണം കഴിച്ച് ഒരുങ്ങി താഴെയിറങ്ങി കാത്തുനില്പാണ്.

സുബ്രഹ്മണ്യത്തിന്റെ മകൾ അനിയനെ സ്കൂളിൽ കൊണ്ടുചെന്നു വിട്ടു വന്നു. അവൾ ഒരു കെട്ട് വിഴുപ്പു തുണികളുമായി കുളക്കരയിലേക്ക് നടക്കുന്നതിനിടയിൽ ചോദിച്ചു:

''അണ്ണൻ പുത്തനൊരു വണ്ടിമേടിച്ചു, ഇല്ലേ?''

''ങ് ഹാ.''

സൈക്കിളിന്റെ പുറകിലിരുന്നു യാത്ര ചെയ്യാൻ, പ്രേമ ലജ്ജിച്ചു. ഈ നഗരത്തിൽ ഇതൊരു സാധാരണ കാഴ്ച. എന്നാലും ഒരു ബൈക്ക് മേടിക്കാൻ കഴിഞ്ഞിരുന്നെങ്കിൽ. ശിവേട്ടന്റെ ചുമലിൽ പിടിച്ച് ബൈക്കിലിരുന്ന് നഗരവീഥികളിലൂടെ സവാരി നടത്തുന്നത് അവൾ സ്വപ്നം കണ്ടു.

ഗേറ്റിനു കുറെ അകലെവച്ചുതന്നെ അവൾ പറഞ്ഞു:

''ഇവിടെ ഇറങ്ങാം.''

അവൾ ഇറങ്ങുമ്പോൾ വണ്ടിയുടെ എല്ലുകൾ ഞരങ്ങി പല്ലിറുമ്മി. ശിവൻ സൈക്കിളിനോടു ചോദിച്ചു:

''രണ്ടുപേരെ ചുമക്കാൻ പറ്റില്ലെങ്കിൽ നീയെന്തിനുകൊള്ളും?'' എന്നിട്ടവനെ സമാധാനിപ്പിക്കാനെന്നോണം ഹാൻഡിലിലും കഴുത്തിലും പതുക്കെ തലോടി.

നടക്കാവു മരങ്ങൾ കുളിർമ പരത്തുന്ന ടാറിട്ട വലിയ വീഥിയിലൂടെ ശിവൻ സൈക്കിളിൽ പറന്നു. ഒരു ഓണത്തുമ്പിയെപ്പോലെ. നിലാവുപോലത്തെ വെയിൽ യാത്രയുടെ ഭാരം കൊണ്ട് വിയർത്ത മേനിയിൽ പൂവിതൾ പോലെ വീഴുന്ന കാറ്റിന്റെ അംഗുലീസ്പർശം.

പൊടുന്നനെ ശിവൻ തീരുമാനിച്ചു.

''ഇന്ന് ലീവെടുക്കണം.''

കഴുത്തിൽ നിന്ന് നുകം മാറ്റപ്പെട്ട ഒരു കാളയുടെ ആശ്വാസത്തോടെ ശിവൻ നിവർന്നു നിന്നു. സൈക്കിൾ പുളിമരത്തിൽ ചാരിവച്ചു.

അയാളെക്കണ്ടപ്പോൾ പത്രക്കാരൻ പയ്യൻ അടുത്തു വന്നു.

''സാർ.''

''എന്താണ്?''

''സാറ് എന്താ പത്രം നിർത്തിക്കളഞ്ഞത്?''

''വായിക്കാൻ നേരമില്ലാഞ്ഞിട്ട്.''

നേരം വൈകുന്നത് എന്റെ കുറ്റം കൊണ്ടായിരുന്നില്ല വണ്ടി വൈകുന്നത് കൊണ്ടാണ്.

''വായിക്കാൻ സമയം കിട്ടാതെ ഞാനെന്ത് ചെയ്യും?''

''പത്തുകൊല്ലത്തിനുമീതെ ആയില്ലേ ഞാൻ സാറിന്ന് പത്രം തരാൻ തുടങ്ങിയിട്ട്?''

''അന്നെനിക്ക് മറ്റു പണിയൊന്നും ഇല്ലായിരുന്നു.''

രാവിലെ ഒരു പുതുപൂപ്പുഞ്ചിരിയും പത്രവുമായി വന്നു മുൻവശത്തെ മുറിയിൽ കിടന്നുറങ്ങാറുള്ള തന്നെ വിളിച്ചുണർത്തിയിരുന്ന പയ്യൻ ഒരു ചെറുപ്പക്കാരനായി മാറിയിരിക്കുന്നു.

പോക്കറ്റിൽ നിന്ന് ഒരു രൂപാ നോട്ടെടുത്ത് അവന്റെ നേർക്ക് നീട്ടി ശിവൻ പറഞ്ഞു:

''ഒരു പത്രം തരൂ.''

പത്രം സൈക്കിളിന്റെ ഹാൻഡിലിൽ തിരുകി വച്ച് ശിവൻ നേരെ തെക്കോട്ടുള്ള വീഥിയിലേക്ക് തിരിഞ്ഞു.

കാതിൽ കാറ്റ് ചൂളം വിളിച്ചു.

ആപ്പീസിൽ പോകുന്നവരെക്കൊണ്ട് ചലിക്കുന്ന തെരുവിലൂടെ അയാൾ പറന്നു. വണ്ടി തന്റെ ശരീരത്തിന്റെ ഒരു ഭാഗമാണെന്നും യാത്രക്കാരുടെ ബഹളത്തിൽ നിന്ന് തനിക്ക് പറന്നു രക്ഷപ്പെടാനാവുമെന്നും അയാൾക്ക് തോന്നി. ചക്രങ്ങൾ ചിറകുകളായി മാറുന്നു.

ഇളംവെയിലിന്റെ മന്ദസ്മേരമണിഞ്ഞ് പഴയ നഗരം അയാളെ തിരിച്ചറിഞ്ഞു.

ഇത്തരം ബഹളം നിറഞ്ഞ ഒരു തെരുവിൽ വച്ചാണ് അയാൾ നാൻസിയെ കണ്ടുമുട്ടിയിരുന്നത്. പുസ്തകം മറിച്ചുനോക്കിക്കൊണ്ട്

ഫുട്പാത്തിന്റെ ഓരത്തുകൂടി നടക്കുമ്പോൾ വന്നുമുട്ടിയ പെൺകുട്ടി. അവൾ പറഞ്ഞു:

‘‘ഫുട്പാത്ത് മനുഷ്യർക്ക് നടക്കാനുള്ളതാണ്.’’

കടന്നുപോകുന്ന മുഖങ്ങളിൽ അയാൾ നാൻസിയുടെ മുഖം പരതി. സമയം പത്തായിട്ടില്ല. അവളിപ്പോൾ വീട്ടിലായിരിക്കും. പതിനൊന്ന് മണിക്ക് ഡ്യൂട്ടി തുടങ്ങും.

മുമ്പിൽ അറ്റം കാണാത്ത വീഥി. വർത്തമാനത്തിൽ നിന്നു രക്ഷ പ്രാപിക്കാനുള്ള പെരുവഴി.

നഗരത്തിന്റെ വൃത്തികേടുകളത്രയും തന്നിലൊതുക്കിപ്പിടിച്ച പുഴ വളഞ്ഞു പുളഞ്ഞ് അയാളുടെ തെരുവിന്നു കീഴെ നുഴഞ്ഞു. ഓരോ പാലവും അക്കരയ്ക്ക് നയിക്കുന്നു. അയാൾ വണ്ടിയുടെ വേഗത കുറച്ചില്ല. താഴെ നോക്കിയില്ല.

കാൽനടക്കാരുടെ എണ്ണം കുറഞ്ഞുവന്നു. തെരുവുകളിലെ തിരക്കു കുറഞ്ഞു. വിശ്രമിക്കുന്ന പാതയുടെ ഓരത്തൂടെ അയാൾ യാത്ര തുടർന്നു.

നഗരത്തിന്റെ തിരക്കുകളിൽ നിന്ന് വളരെ അകലെയായി കഴിഞ്ഞത് അറിഞ്ഞില്ല.

കഴിഞ്ഞ ക്രിസ്തുമസ്സിന്ന് തൂക്കിയ ഒരു നക്ഷത്രം അപ്പോഴും പുളിങ്കൊമ്പിൽ വിരിഞ്ഞു നില്ക്കുന്നു. നാൻസിയുടെ വീട്ടിലേക്കുള്ള വഴി!

ശിവൻ ഒരു ഞെട്ടലോടെ ബ്രേക്കിട്ടു. നാൻസിയെ ഭയന്നാണ് രമേശും കൂട്ടരും തന്നെക്കൊണ്ട് കല്യാണം കഴിപ്പിച്ചിരുന്നതെന്ന് ശിവനോർത്തു. ശൂന്യതയിലേക്കു നോക്കി ശിവൻ പുഞ്ചിരിച്ചു.

തെരുവീഥി നാട്ടുപാതയായി പരിണമിക്കുന്ന കവലയിൽ കൊച്ചു പൂന്തോട്ടങ്ങൾ കണ്ണുമിഴിച്ചു നോക്കുന്ന ഒറ്റപ്പെട്ട വീടുകൾ.

അയാൾ നന്ദിയോടെ തന്റെ സൈക്കിളിനെ നോക്കി. അതിന്റെ മുതുകത്ത് തലോടി. പഴയ ഉടമസ്ഥൻ അതിന്റെ ശിരസ്സിലണിയിച്ചു വച്ചിരുന്ന കുഞ്ചിരോമച്ചെണ്ട് നേരെയാക്കി.

‘ഗ്രീൻ കോട്ടേജ്’ അയാളെ കാത്തു നില്ക്കുകയായിരുന്നു. വള്ളിക്കുടിലിൽ ഞാന്നു കിടക്കുന്ന ‘പാഷൻഫ്രൂട്ടു’കളുടെ ഗോളകങ്ങൾ പതുക്കെ കാറ്റിലാടിക്കൊണ്ടിരുന്നു. വണ്ടി തോട്ടത്തിൽ നിർത്തിയിട്ട് ശിവൻ ചരൽപ്പാത താണ്ടി. ഒച്ചകേട്ട് ഉമ്മറവാതിൽ തുറന്നു. നീലത്തിരശ്ശീലയുടെ വിടവിലൂടെ ഒരാമ്പൽമൊട്ടു പോലെ നാൻസിയുടെ മുഖം.

അവൾ തിരശ്ശീല മുഴുവനും പകുത്ത് പുറത്തു വന്നു.

കെട്ടാത്ത മുടിച്ചുരുളുകൾ മാറിൽ പരന്നുകിടക്കുന്നു. കൈയിൽ മുടിപ്പിന്ന്.

''പോകാനൊരുങ്ങുകയാണോ?'' ശിവൻ ചോദിച്ചു.

''അല്ല.''

മുടിപ്പിന്ന് മേശമേൽ വച്ച് അവൾ ചോദിച്ചു: ''ഇത്രയ്ക്ക് വിയർത്ത തെങ്ങനെ?''

അവളുടെ സമ്മതത്തിന് കാത്തു നില്ക്കാതെ ശിവൻ ചാരുകസേര യിലമർന്നു. മുകളിൽ വെളുത്ത ദലങ്ങളുള്ള ഫാൻ കറങ്ങാൻ തുടങ്ങി. മായികമായ ആ വൃത്തത്തിൽ നിന്ന് കണ്ണു പറിക്കാതെ ശിവൻ പറഞ്ഞു:

''എനിക്ക് ഒരു കപ്പ് ചായ തരൂ.''

സ്വർണ്ണവരകളുള്ള വെളുത്ത കപ്പിൽ അവൾ കൊണ്ടു വരാനിരിക്കുന്ന ചായയുടെ മാധുര്യം നുണഞ്ഞുകൊണ്ട് അയാളുടെ മനസ്സ് വിശ്രമിച്ചു. കിടക്കുന്നത് ഒരു തൊട്ടിയിലാണെന്ന് അയാൾക്കു തോന്നി. അകത്ത് അമ്മയുടെ കാലൊച്ച കേൾക്കുന്നു. പാത്രങ്ങളുടെ നനുത്ത സംഗീതം. അയാൾ സാവധാനം മിഴികളടച്ചു.

■

മായാതെ അന്തിവെളിച്ചം

പരമീശ്വരൻ എന്ന കർഷകൻ പടിഞ്ഞാറു ഭാഗത്തെ വലിയ ജനൽ തുറന്നിടാൻ മരുമകൾ സംഗീതയോട് പറഞ്ഞു. അച്ഛനുറങ്ങുകയാണെന്നാണ് അന്തിത്തിരി കാണിക്കാൻ അറയിലെത്തിയ സംഗീത ധരിച്ചത്. എങ്കിൽ ഇന്നേരത്തൊന്ന് വിളിച്ചുണർത്തുകതന്നെ. അനങ്ങുന്നില്ല. വയ്യായ്ക ഉണ്ടെങ്കിലും വാക്കിന് നല്ല തെളിച്ചമുണ്ട്.

''അച്ഛനെണീറ്റിരുന്നോളു. അമ്മയുണ്ട് ഉമ്മറത്ത്, കൃഷ്ണഗാഥ വായിക്കുന്നു.''

''അവൾ വായിക്കട്ടെ, എന്നും ചെയ്യുന്നതല്ലേ. മുടക്കേണ്ട.''

''ഞാൻ പിടിച്ചെഴുന്നേൽപ്പിക്കാം. കൈ നീട്ടിത്തരൂ.'' കൈപൊക്കി. എന്നാലെഴുന്നേൽക്കാൻ കൂട്ടാക്കിയില്ല.

''നോക്കൂ, താഴെ വയലിൽ ഒരു പാവം വയൽ, വരണ്ടു കിടക്കുന്നത് കാണുന്നില്ലേ? ആരുടേതാണ്?''

''ആവോ! കൃഷി മുടങ്ങീതാണ്. അവകാശി ആരാണാവോ?''

''അതുശരി. നമുക്ക് നമ്മുടെ അയൽപക്കക്കാരെ കണ്ടാലറിയാത്ത കാലമായി.''

സംഗീത വിഷയം മാറ്റാനാഗ്രഹിച്ചു. വൃദ്ധപിതാവിനെ നാട്ടിലെ വരൾച്ചയിൽനിന്നും അനാഥത്വത്തിൽനിന്നും കൈപിടിച്ചുകൊണ്ടു വന്നാണ് ഇവിടെ പാർപ്പിക്കുന്നത്. അമ്മയുമുണ്ട്. മകനുണ്ട് കൂടെ. മറ്റെല്ലാവർക്കും സുഖം. ലോകം പടർന്നു പന്തലിച്ചുകൊണ്ടിരിക്കുന്നു. ആവശ്യം വരുമ്പോൾ അവർ സ്വന്തം തലസ്ഥാനത്തെത്തും. ഒരു മരണമെങ്കിലും സംഭവിക്കണം. അപ്പോൾ വിമാനങ്ങൾ സഹായത്തിനെത്തും. കാറുകളും ദീർഘദൂര ബസ്സുകളും പിന്നെ ശേഷിക്കുന്ന അകലങ്ങളെ വാട്സ്ആപ്പ് നികത്തി കർമ്മം നിർവഹിച്ചോളും.

സംഗീത അച്ഛൻ മിഴിനീട്ടുന്ന വരൾച്ചയിലേക്ക് നീണ്ട നോട്ടം തൊടുത്തു. വെയിൽ മങ്ങുന്നു. സാധാരണഗതിയിൽ ഈ സീസണിൽ അന്തിവെയിലിനെ സുവർണപടമാക്കുന്ന വിളഞ്ഞ വയലുകൾ നീണ്ടു

നിവർന്നു കിടക്കുമായിരിക്കും എന്ന് അവൾ തന്നോടുതന്നെ പറഞ്ഞു. പറഞ്ഞുകേട്ടതാണ്. എന്നാൽ ഇപ്പോഴതാ ഒരു തോട്, അരികുകളിൽ അരണ്ടുജീവിക്കുന്നൊരു ഗതകാലജീവിയുടെ ജഡംപോലെ ഒരു തോട്. കൈതക്കാട് ഏകാന്ത കുറയ്ക്കാൻ ജഡശരീരത്തിന് കാവൽ നിൽക്കുന്നുണ്ട്.

കഴിഞ്ഞ കൊല്ലം ചിങ്ങത്തിൽ അത് പൂത്തമണം വരൾച്ച താണ്ടി ഇക്കരെ ഈ കുന്നിൻപുറത്തേക്ക് തളർന്നോടി വന്നിരുന്നു. അപ്പോൾ സംഗീതയുടെ ഭർത്താവ് ശ്രീഹരി പറഞ്ഞു.

''നമുക്കൊരു കൈതച്ചെടി നട്ടുപിടിപ്പിക്കണം.''

''എവിടെ?''

''നമ്മുടെ മുറ്റച്ചെരിവിൽ.''

ഹരിയുടെയൊരു വിഡ്ഢിത്തം. ഇവിടെ ഏത് പൂക്കൈത കുടിയിരിക്കാൻ കേറിയെത്തും. ഒരു തുളസി നടാൻ അമ്മ, നിഴലില്ലാത്തിടം നോക്കി നടക്കുകയല്ലേ. ഇപ്പോൾ ഗേറ്റിന്റെ മറവിൽ ഒരു തുളസിപ്പൂവും തല നീട്ടാനാഗ്രഹിക്കാത്ത നിഴലിൽ.

പിന്നെ ശ്രീഹരി കൈതച്ചെടിയെപ്പറ്റി മിണ്ടീട്ടില്ല, ഒരു ചെടിയെപ്പറ്റിയും. പുത്തൻ മാളികയ്ക്ക് ഒരു നാലുകെട്ടും നടുമുറ്റവുമുണ്ട്. നടുമുറ്റത്തിനുപോലും ആകാശമില്ല. പിന്നേതു ചെടി. അവൾ, 'ഞാനിതാ വരുന്നൂ അച്ഛാ' എന്നു ചൊല്ലി. തിരി അന്തിവിളക്കിലേക്കുമ്മറത്തേക്ക് കൊണ്ടുപോയി. വറ്റാൻ തുടങ്ങിയ വിളക്കിൽനിന്ന് തിരിയണഞ്ഞു പോകും മുൻപ് ഉമ്മറത്തെ പ്രകാശം ചൊരിയുന്ന ഷാന്റലിയറുകളെ തെളിയിച്ചു. ആയിരം വീചികളോടെ തൂവെളിച്ചം തൂവൽ വിടർത്തി. പിന്നെ ബൾബുകൾ വേറെ തെളിയിച്ചു. ഷാന്റലിയർ കെടുത്തിക്കളഞ്ഞു.

അപ്പോഴേക്കും അമ്മ വായന നിർത്തി. എണ്ണത്തിരിയിലെ കറുപ്പും ഭസ്മവും തൊട്ട് അച്ഛന്റടുത്തേക്ക് നടന്നുപോകുന്നു.

ശ്രീഹരി നിശ്ശബ്ദനായി മുൻമുറ്റത്തേക്ക് നോക്കിനിന്നു. തുളസിത്തറ കെട്ടണം. മുല്ലവള്ളി പടർത്തണം. മൂന്നു വർഷമായി, ഒരു തെങ്ങെങ്കിലും നട്ടുപിടിപ്പിക്കണം. ഒന്നും നടന്നിട്ടില്ല. കീഴ്ക്കാംതൂക്കായ പത്ത് സെന്റിൽ ഒരു പുരത്തറയൊരുക്കാൻ ചെലവാക്കിയ കണക്ക് ഭാര്യയോടും പറഞ്ഞിട്ടില്ല. പത്തേക്ര വെള്ളം കിട്ടുന്ന വയലും ഒരു തലമുറയുടെ ജീവിതവും പഴയ കാരണവരുടെ ഓർമ്മകളും ഐശ്വര്യവും വിറ്റു കിട്ടിയ തുകയത്രയും വില കൊടുത്തുകിട്ടിയ വീടാണിത്.

വേണ്ടായിരുന്നു എന്ന് ആരെങ്കിലും പാതി ചാരിയ ഒരു കതകിന്നപ്പുറം നിന്നു പറയുന്നതിന് ശ്രീഹരി ഓരോ മുറിയിലും നടന്നുകേറി ചെവിയോർത്തു.

ഇല്ല. ആരും ഒന്നും പറയുന്നില്ല.

കാട്ടിന്നപ്പുറം ഓർമ്മയിൽ കിടക്കുന്ന നിലങ്ങൾ നെടുവീർപ്പിടുമ്പോൾ മേടിച്ച പുതുപ്പണക്കാരൻ സർവേയറോട് സംസാരിച്ചുകൊണ്ട് മരിച്ച വെള്ളച്ചാലിന് സമീപം തീർത്തും മരിച്ചിട്ടില്ലാത്ത വരമ്പുകളുടെ എല്ലുകളിൽച്ചവുട്ടി മുന്നോട്ടുനീങ്ങുന്നു. അവർ പതിഞ്ഞ സ്വരത്തിലാണ് സംസാരിക്കുന്നത്. കാറ്റ് പിറുപിറുക്കുന്നു. അകലങ്ങളിൽ വളഞ്ഞുനിൽക്കുന്ന വനവൃക്ഷങ്ങൾ തല ചൊറിയുന്നുണ്ട്. ഒറ്റക്കുമ്പളങ്ങ, അടുക്കളമുറ്റത്തെ കിണറിന്റെ മേലേക്കൂടി അതിക്രമിച്ച് കടന്ന നെടിയ വള്ളിയിൽ ശീതീകരിച്ച ജലം നിറഞ്ഞുകിടക്കുന്ന കിണറ്റിന്റെ തണുപ്പ് ആസ്വദിച്ച് മനം കുളിർന്നു നിൽക്കുന്ന കാഴ്ചയെ വീണ്ടും വീണ്ടും തിരിഞ്ഞു നോക്കിക്കൊണ്ടാണ് ശ്രീഹരി ചെറിയ ഗൃഹത്തിന്റെ മുഖവാതിൽ അടച്ചു പൂട്ടി താക്കോൽ, പുതിയ ഉടമയ്ക്ക് നീട്ടിയത്. കുമ്പളങ്ങ കിണറ്റുമുഖത്ത് ഒത്ത നടുക്ക് രോമാഞ്ചം കൊണ്ടുനിൽക്കുന്നത്, വള്ളിക്കൈയിൽ പിടിച്ച് അനങ്ങാനെ നോക്കുന്നാരെ?

കാലിക്കഴുത്തിലെ മണിമാലയിൽനിന്ന് അടർന്നുവീണ ഒരു കുഞ്ഞ് ഓട്ടുമണി ശ്രീഹരി ഉടുപ്പിന്റെ കീശയിൽനിന്ന് ഓർമ്മ കൊളുത്തിയെടുത്തു. ഉള്ളംകൈയിൽ നിലവിളക്കിന് മുൻപിൽ ചെന്നുനോക്കി നിന്നു. അറിയാതെ, ഒച്ച കേൾപ്പിക്കാതെ അത് വിരൽപ്പഴുതിലൂടെ തറയിൽ വീണ ഒച്ചകേട്ട് അമ്മ ഓടിയെത്തി. ഒന്നും മിണ്ടിയില്ല. ജപമുറിയിലേക്ക് തിരിച്ചുപോയി. ■

പടികയറിപ്പോയ ഒരു നദിക്കു പിന്നാലെ ഹരിലാൽ

സ്വന്തമായിരുന്നൊരു നദി കുന്നു കയറിപ്പോകുന്നതു കണ്ടു ഒരു ഗ്രാമം ബോധം കെട്ടു മലച്ചു വീണു.

ഹീരാലാൽ കടത്തുപുരയിൽ നദിയുടെ പാദസരങ്ങൾ കൊഴിഞ്ഞു വീഴുന്നതും അവളുടെ നീലച്ചേലയ്ക്കു സാവധാനം തീപ്പറ്റി കത്തിക്കാളു ന്നതും കണ്ടു തന്റെ ഇരിപ്പിടമായ തടി നെഞ്ചിലേക്കു ചാഞ്ഞു. ദൂരെ നിന്നു എതിർദിശയിലെ ഇരുണ്ട നിശ പടി കയറി വരുന്നു. ഇനി എന്ത്?

പീഠഭൂമിയിലേക്കു വലിഞ്ഞ തന്റെ ഗ്രാമത്തിന്റെ ഇലയോരോന്നും പഴുത്തു വീഴുന്നു. വരളുന്നു. കാറ്റിൽ പാറിപ്പോകുന്നു. എവിടേക്ക് ഓരോ കുടിലിലെ ആണും പെണ്ണും പരസ്പരം നോക്കി മൗനികളായി. അവരുടെ സ്വരങ്ങൾ കാറ്റെടുത്തു ചുമലിലിട്ടു അതിവേഗം ദിശ തെറ്റിയ വഴിപ്പോക്കനെപ്പോലെ കടന്നു പോയി.

ഹീരാലാലിന്റമ്മ അന്നേരം പുരാതനമായ കരിപുരണ്ട മൂന്നു കല്ലു കൾക്കു മീതെ റൊട്ടി ചുടുന്ന കല്ലിനെ മെല്ലെ മെല്ലെ നക്കുന്ന തീനാള ങ്ങളിലേക്ക് നോക്കി. കൊടുംവേനലുപേക്ഷിച്ച കുറെ വിറകുകമ്പുകൾ അമ്മ ശേഖരിച്ചിരുന്നു. രണ്ടു മൂന്നു കെട്ടുകൾ. പാറയിടുക്കുകളുടെ ശേഷിച്ച നിനവിലും നനവിലും അതിജീവനം കണ്ട കാട്ടുതെച്ചിക ളുടെ കമ്പുകൾ നല്ലപോലെ തീപിടിച്ചു ചൂളം വിളിച്ചു കത്തി. അവ സാനത്തെ ചൂളംവിളി.

കൂരയ്ക്കു മേലെ വേനൽക്കാറ്റ് നല്ല ചിലമ്പിച്ച ശബ്ദത്തിൽ ചിറ കടിച്ചു. കാറ്റു പറക്കുന്നത് പടിഞ്ഞാറോട്ടാണ്. വേനൽമഴയുടെ കാറ്റ്. നീരു വറ്റിയ കാറ്റിന്റെ ചിലപ്പ് വരാനിരിക്കുന്ന വരൾച്ചയെ ഒരു കിടില ത്തോടെ ഓർമ്മിപ്പിച്ചു.

''കരുതിയിര്ന്നോ കര്തിയിരുന്നോ...''

അമ്മ ഉള്ളാലെ കണ്ണീരിൽ കുതിർന്നു തോരുന്ന ഒരു ചിരി ചിരിച്ചു. മകന്ന് അത്താഴത്തിനുള്ള മൂന്ന് റൊട്ടിയും ചുട്ടു; തനിക്കൊന്നും.

താലത്തിൽ ഉണങ്ങിയ മഹുവ ഇലയിൽ വെച്ചു. ഒരു വൃത്തിയുള്ള പഞ്ഞിത്തൂവാലകൊണ്ട് അതിനെ അരുമയോടെ പുതപ്പിച്ചു.

ആടുകളഞ്ചുണ്ട് ബാക്കി. അച്ഛനുള്ളപ്പോൾ ഒരു കൂട്ടം ഉണ്ടായിരുന്നു. പീഠഭൂമിയുടെ ഓർത്ത്, ഗ്രാമഭവനങ്ങളുടടുത്ത് ഉണ്ടാക്കിയ പടവുകളിൽ മെല്ലെ മെല്ലെ കാറ്റ് താരാട്ടു പാടുമ്പോൾ, ആടുകൾ, തടിയിൽ തീർത്ത ചെറുബക്കറ്റുകളിലെ ചോളത്തണ്ട് ചവച്ചരച്ചു. ചോളത്തണ്ടരിയുന്ന കാറ്റാടിമില്ല്, നേരത്തെ അടച്ചുപോയിരുന്നു. രാംബാബുവിന്നറിയാമായിരുന്നു കെടുകാലത്തിന്റെ വരവ്. മില്ല് എല്ലുകളഴിച്ചിട്ടു. രാംബാബു ഒരു ചണച്ചാക്കിൽ അവ അടുക്കിക്കെട്ടി. റെയിൽവേ സ്റ്റേഷന്നടുത്ത ചേരിയിലെ ആരോ അത് ഒരു കഴുതപ്പുറത്ത് ചുമന്നു കൊണ്ടു മഞ്ഞവെയിലിൽ മാഞ്ഞു പോവുന്നത് അമ്മ കണ്ടിരുന്നു. ധോത്തിയുടെ അറ്റം അരയിൽ വലിച്ചുകയറ്റി, പുരാതനമായ ചാരനിറത്തിലുള്ള രോമക്കോട്ടു ധരിച്ചു അവസാനത്തെ ബട്ടണിട്ടുകൊണ്ട് രാംബാബു പെരുവഴിയോരത്തു നിന്നു വിളിച്ചു,

''ഹീരാലാലിന്റമ്മേ ഞാമ്പോണൂ. നിങ്ങളെന്നാ പോണത്?''

''ഞാമ്പോണില്ല. എങ്ങോട്ടുപോകാൻ? ഏഴാമത്തെ വയസ്സീല് എന്നെ പുഴയ്ക്കക്കരെ നിന്നു കെട്ടിക്കൊണ്ടുവന്നതല്ലേ? മറ്റൊരു ഗ്രാമമില്ല. ആരുമില്ലവിടെ.''

''ഇപ്പൊ എല്ലാർടേം സ്ഥിതി അദന്നെ.''

രാംബാബു, ആകാശത്തൂടെ കരഞ്ഞു പറക്കുന്ന ഒറ്റപ്പരുന്തിനെ നോക്കി. അതിവേഗം അയാളുടെ കുടുംബത്തോടു ചേർന്നു. പിന്നെ കൺമറഞ്ഞു.

''ഒരു ജീവ്യോൾക്കും ഗതിയില്ലാണ്ടായി.''

അകലങ്ങളിൽ തേങ്ങിക്കരഞ്ഞുകൊണ്ടോട്ടം പിടിച്ച ഒരു ട്രെയിനിന്റെ ശബ്ദത്തിലൂടെ, ഒരു നീണ്ട രാത്രിത്തുണ്ടുകൾ വഴിനീളെ വിജനസ്ഥലികളിൽ നിർല്ലോഭം പാറി വീണു. അടയിരുന്നു.

മറ്റൊരു ഇരുൾച്ചയിലേക്ക് കാതോർത്തുകൊണ്ട്, മകൻ ഹീര അമ്മയോട്,

മകൻ, ''അത്താഴം കഴിച്ചു കെടന്നോളൂ. ലേശം തയിരു തൊട്ട് കേടാവും മുമ്പ്.''

''ഞാൻ കുളിച്ചു വരട്ടെ.''

''എവിടെന്ന്?''

''ലോറിയിൽ വെള്ളം വന്നപ്പോൾ തകരപ്പാട്ടയിൽ മരച്ചോട്ടിൽ എടുത്തു വെച്ചിട്ടുണ്ട്.''

''വെള്ളം നാളേയും വരുമോ?''

''വരും.''

''എന്താണുറപ്പ്?''

''നാളേക്ക് ജീവിച്ചിരിക്കും എന്നതിന് എന്തുറപ്പ്?''

''നാളെയ്ക്ക് ജീവിച്ചിരിക്കും എന്നതിന് എന്തുറപ്പ്?''

അയലത്തെ വീടുകൾ ഏതാണ്ട് നിശ്ശബ്ദം. കുഞ്ഞുങ്ങളൊഴിഞ്ഞ മുട്ടത്തൊണ്ടായിക്കിടന്നു. ആകാശം നോക്കി വെടവച്ചിരി ചിരിച്ചു.

കുറേപ്പേർ കൂടെ, കുടിലിനെയും കൂട്ടിക്കൊണ്ടുപോയി. അവ ഉപേക്ഷിച്ചു കുട്ടികളുടെ ചക്രവണ്ടികളുടെ എലുകകളും ഉടഞ്ഞ മൺകലങ്ങളും കീറത്തുണികളും സർക്കാരോ മറ്റാരോ ഔദാര്യമായി നൽകിയ പ്ലാസ്റ്റിക്കിന്റെ ആട്ടക്കവറുകളും അകലെ നഗരങ്ങളിൽ നിന്നു ഇടയ്ക്കിടെ വരാറുള്ള ദൗത്യസംഘങ്ങളുടെയും പുറകെ അകമ്പടി സേവിച്ച പൊലീസ് വണ്ടികളും ഉപേക്ഷിച്ച പെപ്സിക്കുപ്പികളും പീഠഭൂമിയിലും പാറയിടുക്കിലും ചിതറിക്കിടന്നുറങ്ങി. ബിസ്ക്കറ്റു പായ്ക്കറ്റുകളുടെ മണം തിന്നു ശേഷിച്ച കാലികളുടെ പള്ള വീർക്കുന്നതു കണ്ടു. ഉടമകൾ അവറ്റയെ അറവുശാലകളുടെ പുറകിൽ കൊണ്ടുപോയി കെട്ടി.

ഉടമ സന്തോഷത്തോടെ കൊടുത്ത നോട്ടുകൾ എണ്ണിനോക്കാതെ ഉത്തരീയത്തുമ്പിൽക്കെട്ടി മാഞ്ഞുപോയ സൗഹൃദങ്ങളുടെ ആകാശത്തിൽ അവർ ഊളിയിട്ടു മാഞ്ഞു. വഴിയോരവൃക്ഷങ്ങളുടെ ഉണങ്ങിയ ഇലകൾ ഓരോന്നായി കണ്ണീർക്കണം പോലെ ഇറ്റു വീണു. ഉണങ്ങിയ പുല്ല് മനുഷ്യരുടെയും കാലികളുടെയും ചവുട്ടടിയിൽ ഞരങ്ങി.

ഒരു നീണ്ട രാവു കഴിയുമ്പോഴേക്കും ഗ്രാമം ഏതാണ്ടു കാലിയായി. പറവകൾ പോലും ഒരു മരക്കൊമ്പിൽ തങ്ങാതെ മറികടന്നു പറന്നുപോയി. അവ മനുഷ്യവാസമുള്ള ഗ്രാമങ്ങളിലേക്കു വഴി ചോദിച്ചു വാപിളർത്തി.

മകൻ അമ്മയോടു ചോദിക്കുന്നു,

''നമ്മളെങ്ങോട്ടു പോകും അല്ലേ?''

''നീ പോ. ഏതെങ്കിലും നാട്ടിൽച്ചെന്നു പണിയെടുത്ത് ജീവിക്കുമ്പഴ് പഞ്ചായത്താപ്പീസിലേക്ക് ഒന്നു വിളിച്ചു പറഞ്ഞാ മതി. ഞാൻ ചെന്നു അന്വേഷിച്ചോളാം.''

ഹീരലാൽ അസ്വസ്ഥനായി. അയാൾ തണുത്ത മേട്ടിലിറങ്ങി നിന്നു വെറുതെ ആകാശത്തിലേക്കു കണ്ണുയർത്തി. ഒന്നും പറയുന്നില്ല. ഒന്നും. ഭൂമിയുമാകാശവും തോറ്റിരിക്കുന്നു. അടിയമ്പു പറയുന്നു. ഇനി ആരോടും ചോദിക്കും?

ദൂരെയുള്ള റെയിൽവേ സ്റ്റേഷനിൽ കരിമ്പുജ്യൂസ് വിറ്റിരുന്ന അപ്പൻ പോയിട്ട് വർഷങ്ങളെത്ര? കണക്കുവെച്ചിട്ടില്ല. അച്ഛനെ ഒരു വണ്ടി സ്വയം ദത്തെടുക്കുകയായിരുന്നു.

ചോളത്തണ്ടറിഞ്ഞിരുന്ന കട നിന്നിരുന്നിടത്തെ ഒരു പരന്ന പാറയിൽച്ചെന്നു ഹീരലാൽ ഇരുന്നു. ആകാശവും വെറുങ്ങലിച്ച ഒരു പാറ പോലെ. ഈ പാറ ഒരു വലിയ കിളികൾ തൂവൽ മിനുക്കി, നായ്ക്കൾ പാറയ്ക്കു വേരു വരാൻ നനച്ചു. ചെറുപ്പക്കാർ, തൊഴിലില്ലാതെ, വഴി നടക്കും സ്കൂൾകുട്ടികളും പാദസരമണിയൊച്ചയും ശ്രവിക്കാൻ, അവരുടെ പരസ്പരമുള്ള മൊഴികളിൽനിന്നു ഓരോരുത്തരുടെയും പേര് വേർപെടുത്തിയെടുക്കാൻ. അങ്ങനെ അലസതയുടെ വഴിയിലേക്ക് പെറുക്കിയിട്ടു വിനോദിച്ച ഏതാനും വിലപിടിച്ച നിമിഷങ്ങൾ.

അങ്ങനെ ഇരിക്കുമ്പോഴാണ്, പടിഞ്ഞാറൻ തീരത്തൊരു ദേശത്ത് ആർക്കും നല്ല വേലയും കൂലിയും കേട്ടറിയുന്നത്. കൊല്ലത്തിൽ രണ്ടു വട്ടം മഴമാസക്കാലം. ചെറിയൊരു ചൂടുകാലം. തണുപ്പിത്തിരി കുറഞ്ഞാലെന്താ? ഉടുപ്പ് കുറയ്ക്കാം. ഒരിക്കലൊരു ലോറി നിറയെ ചക്കപ്പഴവുമായി രണ്ട് കച്ചി കൊണ്ടുപോയതാണ്. ചക്ക കൊണ്ടു പോന്നു. വേണോ ഒരു ചുളയ്ക്ക് വെറും രണ്ടു രൂപ. നല്ല മധുരം. മണം. നല്ല മണം. തീവ്രം. അതേ ഒരു ദോഷമുള്ളൂ. തിന്നവനെ കൂടെ നടക്കുന്നവൻ തിരിച്ചറിയും.

പടിഞ്ഞാറോട്ടു പോകുന്ന വണ്ടികളിൽ അവർ ടിക്കറ്റു മേടിച്ചും അല്ലാതേയും കേറി നിറഞ്ഞു. കണ്ടക്ടർ കൈ നീട്ടിയപ്പോൾ ചായക്കാശ് കൊടുത്തു. അവരുടെ പണിക്കോട്ടുകൾ ചിരിച്ചു മിന്നി.

രാത്രിനേരം പാതിയായപ്പോൾ ഹീരലാൽ ഒരു തീരുമാനത്തിലെത്തി. പോകണം. നാടുവിട്ടു പോകുവാണ്. നദികൾ ഒളിച്ചുപോകാത്ത ഏതെങ്കിലും ഒരിടത്തേക്ക്. ഭദ്രാനദിയുടെ അന്തർദ്ധാനം അവന്റെയെന്നല്ല, ഗ്രാമീണരുടെ മുഴുവനും മനസ്സു പിളർത്തിയ വേദന ഉണങ്ങാത്ത വ്രണമായി അവനെ നീറ്റി.

രാത്രികാലത്ത് കുടിയേറ്റ മേടുകളിലെ ചേരിപ്രദേശത്തു നിന്നും ചെറുപ്പക്കാർ ചെറുഭാണ്ഡങ്ങളുമായി ഉറങ്ങിക്കിടന്ന മലമ്പാതകൾക്ക് ജീവൻ വയ്പിച്ചു. രാക്കാറ്റിൽ വറുത്ത മണ്ണിന്റെ മണം ആവിയായി. അവർ മൂടൽമഞ്ഞിലൂടെ പുലരുംവരെ നടന്നു. മഞ്ഞിനെന്ത് ചൂട്.

അകലെ സ്റ്റേഷനിൽ ഒരു പാസഞ്ചർ വണ്ടി തട്ടിക്കുടഞ്ഞു എഴുന്നേൽക്കുന്നു. അവർ ഓട്ടമായി. വണ്ടി തെറ്റിയവർ മൈതാനത്തു ആകാശത്തമ്പിൽ വട്ടങ്ങളുണ്ടാക്കി. മൗനവ്രതത്തിലിരുന്ന് അവർ തങ്ങൾക്കു ചെയ്യാൻ കഴിയുന്ന ജോലിയെന്തുണ്ട് എന്നു സ്വയം തിരക്കി. ഒന്നുമില്ല. ഒന്നുമില്ല. ചുമ്മാ നടക്കാം. ചുമടെടുത്തു നടക്കാം. കോവർ കുതിരയുടെ വണ്ടിയോടിക്കാം. ചാട്ടവാർ വീശാം. തലയിലൊരു തട്ടത്തിൽ

അമ്മമാരും പെങ്ങന്മാരും സഹധർമ്മിണികളും അനേകം മധുരപ്രതീക്ഷകളിൽ പാവു കൂട്ടിയ പലഹാരങ്ങളുമായി, നിർത്തുന്ന വണ്ടികൾക്കു ചുറ്റും നടക്കാം. മധുരമിഠായി... മധുര.... നല്ല ചൂട്. കൈപ്പുണ്യം. നാട്ടു പലഹാരം.

ഇതുകൊണ്ടൊന്നും ജീവിക്കാനൊക്കില്ല. കെട്ടിടം പണിയറിയണം. പണി അറിയാത്തവർ അതു പഠിക്കണം. കൂലിയില്ലാണ്ടെ പഠിക്കണം. അതിന്നൊരു മാസം മതിയാകും. പിന്നെ കൂലിയായി. വാടകയ്ക്കൊരു ചെറുകെട്ടിടം കിട്ടും. വലിയ വലിയ മണിമാളികകളും വീടുകളും നിർമ്മിച്ചവർ ഊരിയിട്ട ഉറകൾ. മഴക്കാലം കഴിക്കണം. പിന്നെ ആകാശമാണ് കൂര. സുഖം.

ദല്ലാളരുടെ എണ്ണം കൂടി. അവർ വീതിയുള്ള അരപ്പട്ട കെട്ടി യുവാക്കൾക്കു പുഞ്ചിരിയും ബീഡിയും സമ്മാനിച്ചു. ലഹരിമിഠായിയും കള്ളവണ്ടി കേറാനുള്ള സൂത്രങ്ങൾ പഠിപ്പിച്ചു. കാശു കൊടുത്തവർക്കു ടിക്കറ്റു മേടിച്ചുകൊടുത്തു. ഡബിളാക്കി തിരിച്ചു കൊടുക്കണം.

ഭാരിച്ച ചുമടുപേറി പല വണ്ടികൾ മൈതാനം കാലിയാക്കി ഒച്ച വെച്ചു കടന്നുപോയി. വായ കീറിയവന്ന് അത് ചെയ്ത ദൈവം തന്നെ വഴികാട്ടിക്കൊടുക്കും എന്ന നാട്ടുമൊഴിയെ അവർ വിടാതെ പിടിച്ചു. അമ്പലങ്ങൾക്കും പള്ളികൾക്കും നേർച്ച ഉഴിഞ്ഞുവെച്ചു.

അങ്ങനെയാണ് ഹീരലാൽ നമ്മുടെ നാട്ടിലെത്തുന്നത്.

മറ്റു പണിക്കാർക്കൊപ്പം അവന്ന് ആഹാരം വിളമ്പിക്കൊടുക്കുമ്പോൾ ഞാനൊരിക്കൽ ചോദിച്ചു.

''എവിടുന്നാണ്?''

''നദി മല കയറിപ്പോയ ഒരു നാട്ടിൽനിന്ന്.''

''മലകയറിപ്പോയി?''

''ങ്ഹാ, അതുതന്നെ. ഓരോ പാറക്കല്ലും ഓരോ പിളർപ്പും കയവും ചുഴിയും കടന്നു അവൾ ഞങ്ങളെ ഉപേക്ഷിച്ചു പോയി.''

''എങ്ങോട്ട്?''

''രണ്ടു മലകൾ ചേർന്നു നിൽക്കുന്നതിന്നപ്പുറത്തേക്ക്.''

''പിന്നോട്ടു നടക്കുന്നൊരു നദിയോ?'

''അമ്മ കേട്ടിട്ടില്ലേ, പത്രങ്ങളിലും ചാനലിലും എല്ലാം അവളുടെ കഥയുണ്ടായിരുന്നു. അവരെ രക്ഷിക്കാനൊരമ്മ നാടുനീളെ തീവണ്ടിയിൽ സഞ്ചരിച്ചു പ്രസംഗിച്ചു. അതുകൊണ്ടൊന്നും പ്രയോജനമുണ്ടായില്ല ചേച്ചി.''

''അവൻ കീശയിലെ ഡയറിയിൽനിന്ന് ഒരു പത്രത്തിന്റെ നാലു മടക്കാക്കിയ മുൻപേജ് പുറത്തെടുത്തു കണ്ടില്ലേ.''

''കണ്ടു.''

മേഘ. മേഘം ഇടയ്ക്കിടെ മുഖം കാണിച്ചാലും മഴ പെയ്യാറില്ലെന്നു ഞാൻ നിനച്ചു.

''കറിക്ക് അമ്മയുണ്ടാക്കുന്ന സബ്ജിയേക്കാൾ എരിവു കൂടും.'' അവൻ പറഞ്ഞു. ഒരു ചിരി കൊണ്ടു വിരലറ്റം വൃത്തിയാക്കി.

വീടിന്റെ മെയിന്റനൻസ് ഏറ്റെടുത്തു ഒരു സുഹൃത്തിന്റെ കൂടെയാണ് ഹീരലാൽ വന്നത്. വേലക്കാരെ വാടകയ്ക്കെടുത്ത പെയിന്റർ സമർത്ഥനായിരുന്നു. അവൻ അവർക്കൊപ്പം ജോലി ചെയ്തു. അഞ്ചു കൂട്ടത്തിൽ ഒരു അന്യസംസ്ഥാനക്കാരനായി ഹീരലാൽ മാത്രം. അവന്റെ രണ്ടു കൈയുകൾ ഒരു യന്ത്രത്തെ പ്രവർത്തിപ്പിക്കുമ്പോലെ സ്വന്തം ശരീരത്തെ ക്ഷീണിപ്പിച്ചു. ആഹാരം മുമ്പിലെത്തുമ്പോൾ മാത്രം വാ തുറന്നു. വാക്കുകൾക്ക് അണ കെട്ടിയ ഇരുഭാഷകളെ അവൻ ഗൗനിച്ചതേയില്ല. സൂപ്പർവൈസറുടെ കണ്ണുകൾ അവനെ ശ്രദ്ധിക്കുന്നതു നിർത്തി. ജോലി ചെയ്യണം എന്ന ഒരുൾവിളി മാത്രം അവൻ കൈയിലെടുത്തു.

ഉച്ചയ്ക്ക് ആഹാരം കഴിക്കുമ്പോൾ അവൻ, ഷെഡ്ഡിൽ വിശ്രമിക്കുന്ന ഒരു ഇരുചക്രവാഹനത്തിന്റെ നെഞ്ച് ചേർന്നിരുന്നു. മൗന സംസാരത്തിലൂടെ ആ പഴയ ഹോണ്ടയും പണിക്കാരനും കൂടുതൽക്കൂടുതൽ അടുക്കുന്നുണ്ടെന്നു എനിക്കു തോന്നി. അവർ ഒച്ചയുണ്ടാക്കാതെ, നാക്കോ ശരീരമോ ചലിപ്പിക്കാതെ നടത്തുന്ന നിശ്ശബ്ദ ഭാഷണത്തിനു ഞാൻ ചില നേരം വെറുതെ ചെവിയോർത്തു.

അങ്ങനെ, ഒന്ന്, രണ്ട്, മൂന്ന്, നാല് ആഴ്ചകൾ. തനിച്ചായിപ്പോവുന്ന ഞായറാഴ്ചകളുടെ ഏകാന്തതയിൽ വെയിലേറ്റു ഞെരിഞ്ഞു പുളയുന്ന ഉച്ചനേരങ്ങളിൽ, പാവം, വണ്ടി എന്തോ ആലോചനയിൽ മുഴുകി നിന്നു.

അവസാനത്തെ ദിവസം കൂലി കണക്കു തീർത്തു കൊടുക്കുന്ന സൂപ്പർവൈസറോട് അവൻ മെല്ലെ ചോദിക്കുന്നു.

''അനക്കമില്ലാണ്ടെ നിൽക്കുന്ന ഈ വണ്ടി ആര്ടേതാ?''

സൂപ്പർവൈസർ നോട്ടുകൾ എണ്ണിമേടിച്ചു ബോദ്ധ്യമായ നേരം, മെല്ലെ പറഞ്ഞു,

''അതിവിടുത്തെ മകന്റെയാണ്.''

''അയാൾ അക്കരെയായിരിക്കും?''

''അതെ.''

''തിരിച്ചുവരുമ്പോഴേക്കും ഇതിനെ തുരുമ്പ് തിന്നു തീർക്കല്ലേ?''

''ഉം.'' എണ്ണി നോക്കി ബോദ്ധ്യപ്പെട്ടു.

ഇടയ്ക്കിടെ അവൻ വണ്ടിയെ ഇടംകണ്ണിട്ടു നോക്കി.

കീശയിൽ എപ്പോഴും കൂടെ കൊണ്ടുനടക്കുന്ന അരപ്പട്ടയുടെ ഹൃദയത്തിലേക്ക് ഇതുവരെ കിട്ടിയ കൂലി കൂട്ടുചേർത്തു.

പിറ്റേന്നു രണ്ടു പേർ മാത്രം എത്തി. സൂപ്പർവൈസറും ഹീരലാലും.

മേലാൾ ചിരിക്കുന്നു,

''ഇവനൊരു മോഹം. ഈ വണ്ടി വില്ക്കോന്ന്.''

''വിൽക്കാനാണ് ഇവിടെ ഇട്ടിരിക്കുന്നത്.''

മാറി നിന്നു മേലാളും സഹായിയും പിറുപിറുത്തു.

''എന്തു വില വേണമെന്ന്.''

ഗൃഹനാഥൻ പറഞ്ഞു,

''അയൽനാട്ടീന്നു വരുന്നവനല്ലേ? പാവം നടന്നു മടുത്തിരിക്കും. പണിക്കു പോയിട്ട്. ഇപ്പൊ ബസ്സുകൂലി വർദ്ധിക്ക്യേം ചെയ്തു.''

അവൻ ഏതോ അശരീരിക്കു ചെവിയോർക്കുമ്പോലെ കാതു കൂർപ്പിക്കുന്നു.

''പാവമല്ലേ? ഒരു പത്തുറുപ്പിക തന്നോട്ടെ.''

സൂപ്പർവൈസർ പറഞ്ഞു.

''മ്മടെ നാട്ടിലിപ്പൊ പണ്ടത്തെ മത്തിപോലെ ബൈക്കുകളുടെ ചാകരയാണ്.''

ഗൃഹനാഥൻ അഴഞ്ഞു.

''ഒരാറു രൂപ തന്നോട്ടെ. അവനും ഒരു മകനല്ലേ?''

''സൂപ്പർവൈസർ, അത്ര ചുരുക്കേണ്ട. ഒരു ഏഴ്-ഏഴര.''

ഹീരലാൽ ഒരു ഭാവവും പ്രകടിപ്പിക്കേണ്ടെന്നു വച്ചെങ്കിലും മഴക്കാറിന്റെ ചോടെ നിന്നു വിടരാൻ വീർപ്പുമുട്ടുന്നൊരു പൂമൊട്ടു പോലെ അവന്റെ മുഖം അവനറിയാതെ വിടരുന്നു.

അങ്ങനെ ഏഴിലുറപ്പിച്ചു ഗൃഹനാഥൻ.

ചുമ്മാ തുരുമ്പിച്ചു പോകുന്ന വണ്ടി. ഉപകരിക്കുന്നവന് ഭാഗ്യം.

അപ്പോൾ നാട്ടുകാരനായ ഒരു കൂലി ഗേറ്റു കടന്ന് അകത്തേക്കു വന്നു.

''വിട്ടുകൊടുക്കാൻ വരട്ടെ. ആർ.സി. മാറ്റാതെ കൊടുത്താൽ ആപത്താണ്.''

പയ്യൻ കരിഞ്ഞു കവിളൊട്ടിയ ഒരു ഒണക്കില മേലെ മരക്കൊമ്പിൽ നിന്ന് അടർന്നു തലയിൽ വീണത് അവനറിയുന്നില്ല.

ആർ.സി. ഒരു പാലം പൊളിഞ്ഞ കടത്തുപോലെ ഹീരലാലിന്റെ മുമ്പിൽ വിലങ്ങിനിന്നു.

‘‘ആർ.സി. കിട്ടാൻ ഒരു മാസം അതിന്റെ പുറകെ നടക്കേണ്ടിവരും. കിട്ടാതെ വിട്ടുകൊടുത്താൽ ഏതെങ്കിലും ക്രിമിനൽപ്പണി നടത്തിയാൽ കരുണേട്ടാ, നിങ്ങൾ കുടുങ്ങും. അങ്ങനെ എത്രയെത്ര...’’

അടുത്താഴ്ച ദീവാളിക്കു സ്വന്തം ഗ്രാമത്തിലെത്തണം. പെങ്ങളുടെ വീട്ടിൽ കല്യാണത്തിനെത്തണം. മാർബിൾ ലോറിയുമായി വരുന്ന ഒരു വണ്ടിയിൽ വേണം. ഇവനെക്കൊണ്ട് ഒരാഴ്ചയ്ക്കിടെ എല്ലാംകൂടി ഒറ്റയടിക്കു നടപ്പില്ല.

അവൻ മുഖം കുനിച്ചു, ചുമലിടിച്ചു, തളർന്ന കൈകൾ വീശാനാവാതെ പതുക്കെ നടന്നുപോയി. ഗേറ്റടയ്ക്കാനൊന്നും ചിന്തിച്ചതേയില്ല.

തുലാക്കാറ്റേറ്റു വണ്ടി തുരുമ്പിച്ചു തൂളിയടർന്നു വീണു. അവന്റെ ചുമലിലും ഹാന്റിലിനു മേലെയും മഴക്കാല വസൂരി മണിപോലെ തുരുമ്പ് പോളച്ച് അടർന്നു

മഴക്കാലം ഒടുങ്ങി. ശീതവും തുലാവർഷക്കാലവും തുടങ്ങി. ബൈക്ക് ചലനമറ്റ് ശവമടക്കിനു കാത്തുകിടക്കുന്ന പ്രേതംപോലെ നിന്നു. എവിടെച്ചെന്നു കളയും. ഗേറ്റിന്റെ ഒച്ച കേൾക്കുന്നേരമെല്ലാം ഗൃഹനാഥൻ പുറത്തു വന്ന് എത്തി നോക്കി.

പയ്യൻ എന്നേക്കും വിടപറഞ്ഞുവോ? ■

അമരാന്ത

അമരാന്ത എന്റെ കൂട്ടുകാരി. അയൽപ്പക്കത്തെ ഒരു വ്യാപാരിയുടെ മകൻ വിവാഹം ചെയ്തു കൊണ്ടുവന്നവൾ. പിതാവിനും പഴയ വ്യാപാരി എന്ന പേരേ അവശേഷിച്ചിട്ടുള്ളൂ. ഭൂമിയും കച്ചവടവും കുളിച്ചു കളഞ്ഞപ്പോൾ ഒരു സ്വർണ്ണപ്പണക്കാരൻ, മറ്റൊരു കടക്കാരൻ, തന്റെ പാതി പണി തീർത്ത വീട് അതിനേക്കാൾ പാതി വിലയ്ക്ക് വിറ്റു കളയുമ്പോൾ സ്വർണ്ണം വിറ്റു ചെലവഴിച്ചുപോയി. പാപ്പരായ ഒരു പാവം കലാവിരുതുകാരന്റെ മോഹത്തിന്റെ രക്തസാക്ഷിയാണ് ഓടിട്ടു, നല്ല ജനലും വാതിലും ഉപേക്ഷിച്ചു വിറ്റു കളഞ്ഞ വീട്. രണ്ടു മൈനസ്സുകൾ ചേർന്നുണ്ടായ ഒരു ജോടി കടക്കാരുടെ അവശേഷിച്ച ഭവനം. സ്വർണ്ണപ്പണിക്കാരൻ ഒരു ചെറുപുര തെരഞ്ഞു കുന്നുമ്പുറത്തെ മോഹം ഉപേക്ഷിച്ചു പോവുകയായിരുന്നു. പോകും മുമ്പ് അദ്ദേഹത്തിന്റെ ഭാര്യ കുട്ടിമാളു എന്ന മദ്ധ്യവയസ്ക വിട പറയാൻ ഞങ്ങളുടെ വീട്ടിലെത്തി.

വീടു വിറ്റു പോവുകയാണ് ഏട്ടത്തീ എന്നു പറഞ്ഞു കരച്ചിലടക്കി. തേങ്ങൽ ചിറപൊട്ടി ഒഴുകുമെന്നു ഭയന്നു നിറയെ ചക്ക കായ്ച്ചു കിടക്കുന്ന വരമ്പിലൂടെ ഇടവഴിയിലിറങ്ങി. വീടുമാത്രം പുതിയ നിവാസികളെ കാത്ത് ഒരാഴ്ചയേ നിൽക്കേണ്ടി വന്നുള്ളൂ. പണി തീരാത്ത വീടിന്ന്, കോട്ടുവായിട്ടു അടയ്ക്കാൻ മറന്നവന്റെ ഒരു നിർവികാരത കണ്ട് എനിക്കു വ്യസനം തോന്നി. ഈ വീട്ടിലെ ആളായിരുന്നല്ലോ എനിക്കും അനിയത്തിക്കും കുടക്കടുക്കൻ പണിതു തന്നത്. പിന്നീട് പണ്ടം വാങ്ങിയതെല്ലാം പ്രത്യേക മുഖമോ വികാരമോ ഇല്ലാത്ത അങ്ങാടിയിലെ ചില്ലുകടകളിൽ നിന്നാണ്.

കടക്കാരന്റേതായിരുന്ന പഴയ വീട്ടിലേക്കു വന്നത് അതിനേക്കാളിരട്ടി കടം വന്ന ഒരു വൃദ്ധനും മദ്ധ്യവയസ്സു പിന്നിട്ട ഒരമ്മയും രണ്ടു മനുഷ്യരൂപങ്ങളുടെ ശരീരവടിവുള്ള യുവാവെന്നു സങ്കല്പിക്കപ്പെടുന്ന ഒരു മുപ്പതുകാരനുമാണ്. മകൻ, ഏകപുത്രൻ. അയാളുടെ വിവാഹമണ്ഡപത്തിൽ വച്ചാണ് ജ്വലിക്കുന്ന എണ്ണത്തിരിപോലെ ശോഭിക്കുന്ന അമരാന്തയെ കണ്ടത്. ഒരു പട്ടാളക്കാരന്റെ ഏകപുത്രി. അമ്മയില്ലാത്ത പെണ്ണ്.

പെൻഷൻ പറ്റി വന്ന ആദ്യത്തെ ഓണക്കാലത്തുതന്നെ മകൾക്കൊരു വരനെ കണ്ടെത്തി. അമ്മ മരിച്ചുപോയ കുഞ്ഞ്. പിതാവ് അങ്ങനെ തന്റെ ഏകാന്തജീവിതം സ്വസ്ഥമാക്കുകയായിരുന്നു.

ഡിഗ്രി എക്സാമിന്റെ ഇടയ്ക്കു വന്ന ഒരു ഞായറാഴ്ചയായിരുന്നു അമരാന്ത അയൽപക്കത്തെ യുവാവിന്റെ വധുവായി എത്തിയത്. ഒരു നോക്കു കണ്ടതേയുള്ളൂ. ഫൈനൽ പരീക്ഷ കഴിഞ്ഞ സുഖദിനങ്ങളിൽ ഉച്ചതിരിഞ്ഞ നേരത്ത് മീനവെയിലിൽ, അയൽപക്കത്തെ താഴ്വാരത്തിലെ വീട്ടിൽ ഒരു കപ്പി കരയുന്നു. കിണറ്റിലെ വെള്ളം വലിക്കുന്ന കപ്പി. അതിന്നവർ എണ്ണയിടാൻ മറന്നുപോയെന്നു തോന്നി.

ഗ്രാമീണ ഇടവഴിയൊന്ന് ഞങ്ങളുടേയും അയൽക്കാരൻ ചാത്തുഏട്ടന്റെയും പുരയിടങ്ങളെ ആഴത്തിൽ പകുത്തിരുന്നു. അയൽപക്കത്തിന്റെ പേരിൽ ഇടവഴിയിലേക്കു പ്രത്യേകമൊരു കടവാതിൽ പിടിപ്പിച്ചിരുന്നു ഞങ്ങൾ.

ഞാൻ അമ്മയോട് പറഞ്ഞു,

''അമരാന്തയെ കണ്ടിട്ടു വരാം.''

''കല്ല്യാണത്തിന്റന്നു കണ്ടില്ലേ?'' അമ്മ

''എനിക്ക് ഇവിടെങ്ങും ഒരു കൂട്ടുകാരിയില്ലല്ലോ? നാലയൽപക്കത്തും!''

''വേഗം പോന്നോളൂ.'' വായിച്ചുകൊണ്ടിരുന്ന നോവൽ പുസ്തകം അടയ്ക്കാതെ അമ്മ ആജ്ഞാപിച്ചു.

അമരാന്തയെക്കണ്ടു രണ്ടു വാക്കു പറയും. ഒച്ച കേൾക്കണമല്ലോ!

അമ്മ ഒന്നും മിണ്ടിയില്ല. പുസ്തക വായന തുടർന്നു.

ഇടവഴിയിൽ വച്ചേ കേട്ട കപ്പിയുടെ കരച്ചിൽ. ഞാൻ വേഗതകൂട്ടി.

പണിതീരാത്ത അയൽപക്കത്തെ പടിവാതിലിന് അടപ്പുണ്ടായിട്ടില്ല. മുറ്റത്തിന്റെ അങ്ങേയറ്റത്താണ് കിണർ. കപ്പിക്കരച്ചിൽ തെല്ലിട നിന്നു. കിണറ്റുതടത്തിൽ പലതരം പത്രങ്ങളിൽ ശുദ്ധജലം കന്മഷമേതും ഇല്ലാത്ത മുഖങ്ങളോടെ ശാന്തമായി തുളുമ്പിനിന്നു.

കയറ്റത്തുള്ള കൈവിടെ അമരാന്ത തിരിഞ്ഞു നോക്കി. അവളുടെ മനോഹരമായ കൈത്തലം കരഞ്ഞു ചുവന്നിരുന്നു. കണ്ണുകളുടെ ചാന്ദ്രശോഭ എന്നെ വിസ്മയിപ്പിച്ചു. മെലിഞ്ഞു നീണ്ട പതിനേഴുകാരി ഒരു രക്തസാക്ഷിയെപ്പോലെ നില്ക്കുന്നതു കണ്ടു എന്റെ മനസ്സു കലമ്പി.

ഞാൻ വലിച്ചി തരാം വെള്ളം. എനിക്കു നല്ല ശീലമായ പണിയാണിത്. ഇഷ്ടമുള്ളതും.

അതു നിങ്ങളുടെ കിണറ്റിലല്ലേ എന്ന് അവൾ ചിരിച്ചു. എന്നാൽ ഞാൻ വരുന്നേരം മേലോട്ടു വരുന്ന ബക്കറ്റിലേക്ക് ഒന്നു രണ്ടു കണ്ണീർക്കണം

ധൃതിയിൽ പൊഴിഞ്ഞുവീഴുന്നത് ഞാൻ കണ്ടിരുന്നു. അതേപ്പറ്റി ഒന്നും പറഞ്ഞില്ല.

അമരാന്തയുടെ അമ്മായിയമ്മ പറഞ്ഞു,

''വല്ലാത്തൊരു കെണറാണ്. എനിക്കാണെങ്കിൽ ഒരൊറ്റ ബക്കറ്റ് വലിച്ചു കേറ്റാനൊക്കില്ല. അദ്യോണ്ടാ എന്റെ മോന് പെട്ടെന്നു പെണ്ണു തെരഞ്ഞത്. ഓന് ഭാഗ്യംണ്ട്. പാവം! നല്ല സുന്ദരി! ഏറിയാൽ ഏതും ആപത്താണ്.'' പിന്നെ അവർ നാക്കു കടിച്ചു.

''മോളേ... മതിയാക്ക്. നെന്നെക്കാണാൻ ഇതാ ഒരു കൂട്ടുകാരി.'' എന്റെ നേർക്കുനോക്കി അവർ പറഞ്ഞു.

''നെന്റെ പരീക്ഷയെല്ലാം കഴിഞ്ഞ്യോ?''

''കഴിഞ്ഞു.''

''അല്ലെങ്കില് പെൺകുട്ട്യോള് കൊറെ പഠിച്ചിട്ടെന്താ? വല്ലോനും കെട്ടിക്കൊടുക്കാനല്ലെ? പണിക്കു പോകാൻ തന്നെ കഴിയ്യോ?''

''അക്കാലമെല്ലാം മാറി അമ്മേ!'' ഞാൻ പറഞ്ഞു.

അവർക്കതു രസിച്ചോ എന്നു ഞാനന്വേഷിച്ചില്ല. ആ വീട്ടുവളപ്പിന് ചുറ്റുമുള്ള ഇല്ലിവേലിക്കെട്ടും മുളങ്കാലിന്റെ പടിവാതിലും അമരാന്തയും വീടും തമ്മിൽ ചേരില്ലെന്ന് എനിക്കു തോന്നി.

ഞാൻ യാത്ര പറയുമ്പോൾ, അവൾ പൂമുഖവാതിൽപ്പടിയുടെ പുറകെ പാതി മറഞ്ഞു നിന്നു. എന്റെ നേർക്ക് ഇടനാഴിയുടെ ഇരുട്ടിൽ നിന്നും നോക്കി. ഉദിക്കാൻ മടിച്ചുനിൽക്കുന്ന ഒരു സന്ധ്യാതാരത്തെപ്പോലെ. ഞാൻ അമ്മ പ്രതീക്ഷിച്ചതിലും നേരത്തെ അയൽപക്കത്തെ എന്റെ പിൻപടിവാതിൽ കേറി.

വതിൽ തുറക്കുന്ന ശബ്ദം അമ്മ ചോദിക്കുന്നു,

''കൊറച്ചൂടെ ഇരുന്നു നാല് വാക്ക് പറഞ്ഞിട്ട് പോന്നാ മതിയായിര്ന്ന്ല്ല്യേ.''

ഞാൻ പറഞ്ഞു, ''പറഞ്ഞില്ല. കണ്ടതു മതിയായി.''

വേനലവധിക്ക് നാട്ടിൻപുറത്തെ അമ്മവീട്ടിൽ പോയി തിരിച്ചുവന്നപ്പോൾ എന്റമ്മ പറഞ്ഞു,

''ആ പെൺകുട്ടിയില്ലെ, അമരാന്ത.''

''ന്ന്ട്ട്.''

''അവൾ അവൾടച്ഛൻ വന്നപ്പോ കൂടെപ്പോയി.''

ഞാൻ ഞെട്ടി.

എന്റെ മൗനം കണ്ട് അമ്മ പറഞ്ഞു,

''ആ പെൺകുട്ടി ശുദ്ധപാവമാ. ഒരു മാസം മുഴുവനും എങ്ങനെ കഴിച്ചുകൂട്ടീന്നാ എന്റെ തോന്നൽ.''

''എന്നാ തിരിച്ചു വരുന്നത്? അവൾക്കവിടെ ഒരമ്മപോലും ഇല്ലല്ലോ.''

''വരൂന്ന് തോന്ന്ണ്ല്ല്യ അവൾ അച്ഛനൊപ്പം ഉടുത്ത സാരിയിൽത്തന്നെ നടന്നു പോണു. കൈയിൽ ഒരു കുടപോലും ഇല്ലാതെ ചുട്ട വേനലിൽ. ഞാൻ വേലിക്കലെ പ്ലാവിന്റെ ചോട്ടിൽ ചെന്ന് ചക്ക പഴുത്ത്യോ എന്നു നോക്കാൻ പോയപ്പഴാ കണ്ടത്.''

''അമ്മ ഒന്നും സംസാരിച്ചില്ലേ?''

''അതുവ്വ്.''

''പിന്നെ?''

''കരയുന്നത് അവളായിരുന്നില്ല. അവളുടെ അച്ഛനായിരുന്നു. അമ്മയില്ലാത്ത ഒറ്റ പെൺകുട്ടിയെ ഓർത്ത് അയാൾ തുവാലകൊണ്ട് മുഖം തുടച്ചു.''

പിന്നീട് ഇരുപത്തൊന്നു കൊല്ലം കഴിഞ്ഞു.

ഞാൻ കുന്നുമ്പുറത്തെ പൊലീസ് റോഡിലൂടെ നടക്കാൻ പോകുന്നു. വഴിക്കുവഴി മറുനാടൻ തൊഴിലാളികൾ കുന്നിഞ്ചെരുവിലെ വീടും കൂടും വിട്ട് ഉന്മേഷത്തോടെ ധൃതിയിലിറങ്ങി എതിരെ വരുന്നു പണിയിടത്തേക്ക്.

അപ്പോൾ എതിരെ വരുന്നതാര്?

ഞാൻ ശ്രദ്ധിച്ചു.

അവൾ അമാന്ത!

മാറിലൊരു വലിയ കടലാസ് പാഴ്സൽ അടുക്കിപ്പിടിച്ചിരിക്കുന്നു. അവളും ഞാനും മുഖത്തോടുമുഖം നോക്കി നിന്നു, മിണ്ടാതെ ഇമയനങ്ങാതെ.

ഒരു ചോദ്യത്തിന്റെ തുമ്പിനെങ്കിലും പിടികിട്ടാതിരിക്കുമോ? ഞാനൊന്നു പതറി!

''അമ....രാന്തേ!''

''ഞാന്തന്നെ ചേച്ചീ.''

''നമ്മൾ കണ്ടിട്ടെത്ര കാലമായി.''

''നിനക്ക് വലിയ മാറ്റമൊന്നുമില്ല?''

ഇനിയെന്തു പറയും?

''ഞാനിങ്ങുതന്നെ എത്തി.''

''എത്തി?''

‘‘ഇവിടുത്തെ അച്ഛനും അമ്മയും മരിച്ചു എന്നു കേട്ടിരുന്നു. അടുത്ത മാസം അനന്തേട്ടൻ എന്റെ വീട്ടിലെത്തി. വഴി തെറ്റാതെ. നാലു പുറവും അനേകം വീടുകൾ പുറ്റുപോലെ പൊങ്ങിയില്ലേ? നാടുതന്നെ മാറിപ്പോയി. എന്നിട്ടും അനന്തേട്ടൻ വഴിക്കൊരു വാക്കുപോലും ചെലവാക്കാതെ ഉമ്മറത്തെത്തി, കോലായി കയറി.’’

ഞാൻ ചെവി കൂർപ്പിച്ചു.

‘‘എന്ന്ട്ടും അനന്തേട്ടൻ ഒരു വഴിപോക്കനോടും ചോദിക്കാതെ നേരെ വന്ന് ഉമ്മറത്ത് ഒറ്റക്കാൽ വച്ചു.’’

‘‘എന്നിട്ട്?’’

ജനലഴികൾക്ക് പുറകിൽ ഞാൻ കണ്ണാടി നോക്കി. മുടി ചീകുകയായിരുന്നു.

‘‘അയാൾ കേറിവന്നോ?’’

‘‘വന്നു. എന്നോടു ചോദിച്ചു, അമര എന്തൊപ്പം എന്റെ സ്വന്തം വീട്ടിലേക്കു പോരുമോ?’’

‘‘എപ്പോൾ?’’

‘‘ഇപ്പത്തന്നെ.’’

‘‘അച്ഛനും അമ്മയും മരിച്ചെന്നു കേട്ടിരുന്നു. വരാൻ.’’

‘‘അമര എങ്ങനെ വരും? അമരയുടെ അച്ഛൻ എങ്കനെ മരിച്ചു?’’

‘‘ഹൃദയം പൊട്ടി മരിച്ചു?’’

പാതയിലൂടെ നടന്നു പോകുന്നവരും വണ്ടിയിൽ പോകുന്നവരും ഞങ്ങളെ വീണ്ടും വീണ്ടും തിരിഞ്ഞുനോക്കുന്നു.

ഞാൻ പറഞ്ഞു, ‘‘നടന്നോളൂ, നാളെ കുറച്ചു നേർത്തെ വീട്ടിൽ വന്നു കാണാം. മിണ്ടാം.’’

■

തിരാല

കണ്ണു തുറക്കുമ്പോൾ സൂര്യനുണ്ട് കിളിവാതിലിനു മുമ്പിൽ നിൽക്കുന്നു.

തിരാല തട്ടിപ്പിടഞ്ഞെഴുന്നേറ്റു. ജനൽപ്പടിയുടെ പഴുതിൽ വെച്ചിരുന്ന പൊൻചെമ്പകപ്പൂ വിടർന്നു ചിരിക്കുന്നു. അകത്തെ സൗരഭ്യവും തിരാലയുടെ ഉള്ളിൽ കടന്നില്ല. ഓർമ്മകളെ ചുരുട്ടിക്കൂട്ടി ഉറങ്ങുകയായിരുന്നു.

അയാൾ നാട്ടിലേക്ക് തിരിച്ചുപോയി. എന്നെന്നേക്കും. അല്ലെങ്കിലും താഴ്‌വാരത്തു നിന്നും ഒറ്റയായും അപൂർവം ചിലപ്പോൾ പെണ്ണുമായും എത്തിച്ചേരുന്നവർ ഈ കാട്ടിറമ്പിൽ കാലൂന്നിയതിന്റെ പിറ്റേനിമിഷം മുതൽ ഓർക്കുന്നത് തിരിച്ചുപോക്കിന്റെ ചുവടുകളെയാണ്. അക്കരെ മനസ്സ് പിഴുതുവെച്ച്, ദീർഘദൂരം ബസ്സിൽ ഓടിക്കയറി, സ്വന്തം ഉടൽ, വളരെ ശോഷിച്ചതാണെങ്കിലും ചുരുക്കി, ഞെരുക്കി, വണ്ടിക്കകത്തെ ആൾക്കൂട്ടത്തിന്റെ നിശ്വാസപ്പുകയിലേക്ക് തിരുകിക്കയറുമ്പോൾ കാത്തിരിക്കുന്ന കറുത്തിരുണ്ട വനഭൂമിയെ സ്വപ്നം കാണുന്നു. അവിടെയാണ് മറ്റൊരു ജീവിതത്തിന്റെ ഉദയം മുഖം കാണിക്കുന്നത്.

മണ്ണ്, തൊഴിൽ, കാട്, വിറക്, മൃഗജാതികൾ, തീറ്റയ്ക്ക് പറ്റിയ പറവകൾ, നേരത്തെത്തന്നെ കടന്നുകേറി കുടിവെച്ചവർ. ഭഗവാനേ. അവർ തങ്ങളെ ആട്ടിപ്പായിക്കാതിരിക്കട്ടെ. ഇത്തരം ചിന്തകൾ തിരാലയ്ക്ക് പകർന്നു കൊടുത്തത് അയാളാണ്. അവളുടെ ആണൊരുത്തൻ. തിരാലയ്ക്ക് അക്കാര്യത്തിൽ ഖേദമൊന്നുമില്ല. തീരെ ഇല്ലെന്നും പറഞ്ഞുകൂടാ. അയാൾക്ക് നാട്ടിൽ ഒരു പുതുപ്പെണ്ണുണ്ട്. അവൾ പട്ടണത്തിൽ, സ്വന്തം മാളികയിൽ സുഖമായി...

''എനക്കവരോട് ഒരു പിണക്കവുമില്ല.'' തിരാല ഔദാര്യത്തോടെ അന്തിയിലിരുട്ടിൽ മിന്നാമിന്നി വിളക്കൊന്നു തിരിതാഴ്ത്തി കൺവെട്ടത്തു നിന്നു മാറ്റിവെച്ച് തണുത്തിരുന്ന രാവുകളുടെ ചളിപ്പാടങ്ങളും പൂങ്കാവനങ്ങളും താണ്ടുമ്പോൾ ചിന്തിച്ചു.

അയാൾ പക്ഷേ, തണുപ്പിന്റെ ആലസ്യത്തെപ്പുണർന്നു തിരിഞ്ഞു കിടന്നുറക്കമായിരിക്കും. ചിലപ്പോൾ അജ്ഞാതശരീരിയോടും സംസാരിക്കും. ''സുഭദ്രേ നീയ് പറയുമ്പോലൊന്നുമല്ല. നമ്മുടെ മക്കൾക്കു വേണ്ടി നാലു കാശുണ്ടാക്കേണ്ടേ? അമ്മ ശരീരവും ആത്മാവും നൽകി പടുത്തുയർത്തിയ ഈ കൃഷിക്കളങ്ങളെ നോക്കാൻ മറ്റാരുണ്ട്. ശരീരം കൊണ്ടു വലഞ്ഞതുകൊണ്ടല്ലെ, മനസ്സിവിടെ ഉപേക്ഷിച്ച് അമ്മ നാട്ടിലേക്ക് പോന്നത്. ഈ മണ്ണിനു ജീവൻ നില നിർത്തേണ്ടത് എന്റെ ചുമതലയല്ലേ?''

''ഇതെല്ലാം അവിടെ പനയോല ചീന്തി മുള്ളാണി ഉപ്യോഗിച്ച് എഴുതിവെച്ചാ മതി. ഞാനെന്റെ അച്ഛന്റടുത്തു തിരിച്ചു പോകും. അതിനു മറ്റാരോടും സമ്മതം വാങ്ങേണ്ടതില്ല.''

പിന്നീട് നിശ്ശബ്ദതയുടെ ഒരു അന്ധകാരനാഴി. ജീവിതം അങ്ങനെയായിപ്പോയി. ഇങ്ങനെയെല്ലാം, അയാൾ തിരാലയ്ക്കായി പണിതു കൊടുത്ത, ഇഷ്ടിക പടുത്തുയർത്തി, തണുപ്പും ചൂടും വേണ്ടതുപോലെ തടവിലാക്കി ഉറപ്പിച്ച് മലഞ്ചരിവിലെ ചെറുഭവനത്തിന്റെ സുഖത്തിലമർന്ന് അയാൾ തൽക്കാലത്തേക്കു മറന്നും പോയി.

പക്ഷേ, രാവിലുറങ്ങാൻ കാട്ടിലെ കലാപകാരികളും പകൽ സ്വൈര്യമായി പണിചെയ്യിക്കാൻ, കൃത്യനിഷ്ഠയോ സംസ്കാരം കുറഞ്ഞുപോയവരെന്ന് അമ്മ പല പ്രാവശ്യം പറഞ്ഞു തന്നെ ബോധ്യപ്പെടുത്തിയിട്ടുള്ള കാര്യങ്ങളോ അയാൾ അകത്തേക്കെടുത്തില്ല.

അതിർത്തിയിലെ മീനാക്ഷിപുരം പട്ടണത്തിൽ നിന്നും ഈ കൊടും കാടിന്റെ ഹൃദയം ഒളിച്ചുവെച്ച കൃഷിഭൂമിയുടെ സമ്പന്നത അയാൾ നേരിട്ടനുഭവിച്ചുകഴിഞ്ഞിരുന്നു. മനസ്സു മോഹിച്ചാൽ തിരിച്ചറിവു വരുന്നൊരു ദൈവമണ്ണാണിത്. വിത്തും ഒരു കുടം ജലവും നൽകിയാൽ, ഉത്സാഹത്തോടെ തുള്ളിച്ചാടി വളരും. നെല്ല്, കായ്ക്കറികൾ, വാഴകൾ. അവരുടെ പരിപാലകരാകട്ടെ, ഹൃദയം മാത്രം കരുതിവെച്ചു കാത്തു പോരുന്ന ശരീരികൾ. ഇരുണ്ടതെന്നു തോന്നിപ്പിക്കുന്ന അകത്താരുകളിൽ നിറയെ കനിവ്, സ്നേഹം, വികാരം, വിശപ്പ്...

അയാൾ, മഹാദേവൻ, മെല്ലെ മന്ത്രിച്ചുറങ്ങുന്ന, രാവിന്റെ കുഴഞ്ഞ പാടത്തൂടെ, മുറിഞ്ഞുകിടക്കുന്ന വരമ്പുകളെ അവഗണിച്ചു നടന്നു പോകുന്നു. തണുതണുത്ത വനംകാറ്റ് കനിവോടെ, ഹൃദയത്തിന്റെ കെട്ടഴിച്ചുവിടുന്നു. കതിരുവരുന്നതു കാത്തുകാത്തിരിക്കുന്ന വിള കാട്ടിന്റെ താരാട്ടിലും താലോലത്തിലുമലിഞ്ഞ് പക്ഷഭേദമില്ലാതെ സർവതിനെയും ഉറക്കുന്നു. മൃഗ-പക്ഷി-മനുഷ്യ-പ്രാണി വിവേചനമില്ലാതെ. കാനനത്തിന്റെ കാവലിൽ അവർക്കുറക്കം. സർവജീവജാലത്തിനും പ്രപഞ്ചത്തിനും. അവൾ, തിരാല ഞെട്ടിയുണരുമ്പോൾ, മുറ്റത്തൊരു വിളി...

''ഏയ് തിരാലേ''

തിരാല ഉടുചേല വാരിപ്പൊടി, മുടിക്കറ്റ ചുഴറ്റിക്കെട്ടി ചാടിയെണീക്കുന്നു.

''ആരാത്, നേരം വെളുക്കുംമുമ്പ്.''

''ഞങ്ങാക്ക് നേരം വെളുത്ത് ഉച്ചയിലേക്ക് നോക്കുന്നു.''

വിളഞ്ഞുവരുന്ന കണ്ടത്തിൽ തിരമാലയെ സഹായിക്കാനെത്തിയ വൾ, കളപറിക്കണം, കളപറിക്കണം. എല്ലാ കളകളും. എന്ന് അവൾ തന്നത്താൻ മുരണ്ടു.

മൺകലത്തിൽ തണുത്തുകിടക്കുന്ന കാപ്പിയെ ഉണർത്താതെതന്നെ അടുപ്പുകല്ലിൽ നിന്ന് ഒരു കുഞ്ഞിനെയെന്നോണം പൊക്കിയെടുക്കുന്നു. മാറിൽ ചേർത്തുവെച്ചു അടപ്പൂരുന്നു. കുടിച്ചോളൂ എന്നു പറയാതെ സ്വയം കുടിച്ചു വറ്റിക്കുന്നു. പുറത്തേക്കു വിളിച്ചു ചോദിക്കുന്നു തെല്ല് ജാള്യത്തോടെ...

''നിയ്യ് കുടിച്ചോടീകാപ്പി?''

''മാണ്ട. എനക്കു മാണ്ട. എറങ്ങിക്കോ വയലില് പന്നികൾ വീണുറങ്ങുംമുമ്പ്.''

അങ്ങനെ, പൂത്തുലഞ്ഞൊരു യൗവനകാല ജീവിതത്തിൽ നിന്നു മെല്ലെ തണ്ടുചായ്ച്ചുറങ്ങുകതന്നെ എന്നു വിചാരിക്കാൻ അവൾക്കു കഴിയുന്നില്ല. പാതി പണികഴിച്ച ജീവിതമാണ് പുറത്ത് മഞ്ഞേറ്റു ദാഹിച്ചു കിടക്കുന്നത്. വിളഞ്ഞില്ല. പിട്ടിലിന്നു ദാഹം കാണും. അവൾ വീണ്ടു മൊരിക്കൽ ഉറക്കം വെടിഞ്ഞു കാത്തുകിടക്കുന്ന ശയ്യകളുടെ അടുത്തേക്ക് നേർവരമ്പേ നടന്നു.

''എന്താടീ തിരാലേ ഇന്നു നിനക്കൊരു വാട്ടം?''

''ശത്തു.''

''ആര്?''

''ഞാന്തന്നെ.''

''എന്നാലും വെളയ്ക്ക് വെള്ളം കൊടുക്കേണ്ടേ?''

''കൊടുക്കണം , നീ മുന്നേ നടന്നോ.''

അവൾ ആലയുടെ ഇറയിൽ തൂക്കിയിട്ട് ചെറുകൈക്കോട്ടെടുത്തു നടന്നു.

അപ്പോൾ, അരക്കെട്ടിൽ തിരുകിവെച്ചിരുന്ന മൊബൈൽ ശബ്ദിക്കാൻ തുടങ്ങി. മഞ്ഞിൽ ഒച്ചയടച്ച് കൺകൾ മിന്നി. മാറ് തുടിച്ചു.

''നിങ്ങൾ അവ്ടെ ത്തിയാ?''

''വണ്ടീലാണ്. ടെയിന് വെള്ളം കുടിക്കണ്. കുറച്ചുനേരം പിടിക്കും അതിന്റെ ദാഹം തീരാൻ.'' അയാൾ ഒന്നു ചിരിക്കാൻ ശ്രമിച്ചു പരാജയ പ്പെട്ടപോലെ.

അവൾ. പിന്നെയും ഫോൺ ചേർത്തുപിടിച്ചു.

നിശ്ശബ്ദം.

ഒരു വലിയ നെടുവീർപ്പ്, ശരീരം ഭാരിച്ചൊരു പനമ്പരുന്തിനെപ്പോലെ അവളെ വെടിഞ്ഞു പറന്നുപോകുന്നു.

ചാർജ് തീർന്ന യന്ത്രം അവളുടെ കയ്യിൽ നിന്നു താഴെ വരമ്പിൽ പതിച്ച് കറുകക്കാടിന്റെ ഒഴുക്കിൽ താഴെ വയൽച്ചെളിയിലേക്ക്...

കൂട്ടുകാരി പാഞ്ഞെത്തി അതിനെ വിപത്തിൽ നിന്നും പൊക്കി യെടുക്കുന്നു.

''പൊന്നേ, നീയ്യ് കരയാമ്പാടില്ല. ഇത്രേം കാലം നാല്ലോണം കഴി ഞ്ഞില്ലേ? മടകൂട്ടിയാല് രണ്ടു തോടുകൾ മഴക്കാലത്ത് നിറഞ്ഞകന്ന് ഒഴുകാൻ തൊടങ്ങും. അവറ്റോൾടെ സ്വന്താ വഴി എപ്പോഴും. ആരും വെരലൂന്നടത്ത് നിക്കല്യാട്ടൊ.''

തിരാല ആകാശം വിടർന്ന് വരുന്നതു കണ്ടു. അപ്പുറത്ത് ഇരുൾച്ച വിടാതെ കാട്. ഒന്നിനും ഒരതിരില്ല. ആദ്യം ജനിച്ചത് കാടല്ലേ. പിന്ന്യല്ലെ വയല്...

അവൾ പറഞ്ഞു,

''എടീ, നുമ്മ ഒരു കാലത്ത് മണ്ണിലെറങ്ങീന്ന് കൂട്ടിക്കോ... പിന്നെ വ്ട്യാടീ വയല്, വെത, കൊയ്ത്ത്. പട്ടിണി ആയ പ്രാപ്പിടിയനേം പിടിച്ചുതിന്നും.''

കൂട്ടുകാരി സമാധാനിപ്പിക്കുന്നു.

കൂമൻകൊല്ലിയിലെ ചുവന്ന വീട്

ചുവന്ന വീട്, ചുവപ്പല്ല. മൺപുറ്റിന്റെ നിറം. ചെമ്മണ്ണ് നിറമാർന്ന ഇഷ്ടികയും ഓടും ചേർത്തു നിർമ്മിച്ച ഒരു ഭവനം. കരിമലക്കാടിന്റെ നേരഭിമുഖം. പടിഞ്ഞാറു നോക്കി. സൂര്യൻ പുറകുവശത്ത് ബ്രഹ്മഗിരിയുടെ കൊടുമുടിയിൽ പടികേറിയെത്തും. തണുത്ത പ്രഭാതങ്ങളിൽ കരിമ്പടം തച്ചുറങ്ങുന്ന വേനലിന്റെ സുഖസമൃദ്ധിയിലേക്ക് കനിവിന്റെ പ്രകാശം ചൊരിയും.

ഞങ്ങൾ കുടിയേറി ഒരു വേനൽക്കൂട് പണിയിക്കുമ്പാഴും കൂമൻ കൊല്ലി പടിഞ്ഞാറുണ്ട്. തിരുനെല്ലിപ്പെരുമാൾ എന്ന ദൈവം കൂമൻ കൊല്ലിയിലെ കാട്ടിരുളിനെ നോക്കി ചിന്താമഗ്നനായി നില്ക്കുന്നേരം, വനഗർഭത്തിൽ നിന്നു രാവിൽ പറന്നെത്തി ഞങ്ങളുടെ കൂരയ്ക്കുമേൽ കുട ചൂടി നില്ക്കുന്ന വനവൃക്ഷത്തിൽ ചേക്കേറാതെ, ബുദ്ധിപൂർവ്വം കാർഷെഡിനു മേൽ ഒരു ഈട്ടിമരത്തിന്റെ ഉച്ചിക്കു താഴെ ഹൃദയ ഭാഷണം നടത്തും. അന്നേരം ഗ്രാമം കാതോർത്തു ഉറക്കത്തിൽ മയങ്ങി വീഴും.

വളരെ രസകരമാണ് കൂമദമ്പതികളുടെ പ്രണയസല്ലാപവും തുടർന്നുള്ള വാക്കേറ്റവും. അവരുറങ്ങും മുമ്പ് ഞങ്ങൾ ഗാഢനിദ്രയിൽ വീഴും. കോഴിക്കോടു നഗരഭവനത്തിലെ വേനൽവറവിൽ നിന്നു രണ്ടു മാസമെങ്കിലും അവധിയെടുത്ത് ഒളിച്ചു പോരുന്നവർ. കരിമ്പടം പുതയ്ക്കണം ഇവിടെ ചില മൂടൽദിനങ്ങളിൽ. ഒരു സ്വെറ്റർ കൂടി ആവാം. ഹോളോ ബ്രിക്സിൽ പൂർണ്ണമായും നിർമ്മിച്ച വനത്തിൽ, അമ്മയുടെ മാറിന്റെ ഇളംചൂടാണ്. ഒരൊറ്റ അർഘനിദ്രയിൽ പൊൻവെയിൽ നിറഞ്ഞു തൂവുന്ന കുളം കാണാം. കാട് പിടിച്ച്, കാട്ടുകിളികൾക്ക് കളിനിലമായി മാറുന്ന പഴയകുളം. പഴയ ഉടമയുടെ. അത് വാങ്ങുന്നവർ കുളത്തെ കൈവെടിയുമെന്ന് നങ്ങേമയുടെ പൗത്രനായ പഴയ ഉടമയ്ക്ക് അറിയാമായിരുന്നു.

ഈ കുളം മുമ്പ്, അര നൂറ്റാണ്ടിന്നപ്പുറം നങ്ങേമയുടെ സ്വന്തം കുളമായിരുന്നു. ഈ മേട്ടിൽ അവരുടെ കളപ്പുര. കൃഷിക്കെത്തുമ്പോൾ തങ്ങാനൊരിടം.

വീടിന്നുമ്മറം പണിതില്ല. വാതിൽ തുറന്നിറങ്ങുന്നത് പുഴയിലെ കവിടിക്കല്ലു നിരത്തിയ മുറ്റത്തേക്ക്. ഞങ്ങളുടെ അഭാവത്തിൽ, പുക യില്ലാത്തടുപ്പിന്റെ ഗർഭത്തിൽ സ്വന്തം ഇരട്ടക്കുഞ്ഞുങ്ങൾക്ക് മെത്ത വിരിക്കുന്ന അണ്ണാനമ്മയുടെ സാമർത്ഥ്യം ഈ നാട്ടിലെ ഗോത്രമനുഷ്യർക്കു പോലും ഇല്ല.

കഴിഞ്ഞ വേനലിൽ ശാന്തമായ അവധിദിനങ്ങൾ ചെലവഴിക്കാൻ, നട്ടുച്ചയോടടുത്ത നേരം വീടെത്തി. മുൻകതകു താക്കോലിട്ടു തുറന്നു. അകത്തു കേറും മുമ്പ് അടുപ്പുതൊട്ടിലിന്റെ തണുപ്പിൽ നിന്ന് ഒരു അമ്മയണ്ണാൻ കാലുകൾക്കിടയിലൂടെ പുറത്തേക്കു പാഞ്ഞു മറഞ്ഞു. മുറ്റയിറമ്പിലെ കളത്തിന്റെ കുറ്റിക്കാട്ടിലൊളിച്ചു. വള്ളിക്കുടിലിൽ നിന്നു രണ്ടു കണ്ണുകൾ തുറിച്ചുനോക്കുന്നു. ആരാണീ നഗരം മണക്കുന്ന പരദേശികൾ എന്ന ചോദ്യത്തോടെ.

''ഒരാഴ്ച ഞങ്ങളിവിടെ കൂടട്ടെ! നീ പിന്നീടു വാ.''

അടുക്കളക്കതകിന്റെ പൂട്ടും തുറന്നു. ജന്നലുകളെല്ലാം അടഞ്ഞു തന്നെ കിടക്കുന്നു. അണ്ണാൻ കുടുംബം എങ്ങനെ ഇതിനകം കയ്യേറി എന്നായി ചിന്ത. ഒരു പാറ്റയ്ക്കോ വണ്ണാത്തനോ കേറിവരാൻ പഴുതി ല്ലാത്തൊരു കുഞ്ഞുവീട്.

അടുപ്പ് വൃത്തിയായിക്കിടപ്പുണ്ട്. അതിന്നകമേ ഒരു ഇരട്ടത്തൊട്ടിൽ. അണ്ണാൻ പെണ്ണ് ഇരട്ട പ്രസവിക്കുമെന്ന് ആരാണാവോ അവളുടെ കൂട്ടുകാരനോടു പറഞ്ഞത്? അടുപ്പ് ഞങ്ങൾക്കും വേണമല്ലോ. വിറ കടുപ്പ് ഈ വനഗർഭത്തിൽ ഒരു കൗതുകവും ഹരവുമാകുന്നു. വെണ്ണീ റിനെ വെണ്മയോടെ കാണാം. തോട്ടത്തിലെവിടേയും വിറകുണങ്ങി കാത്തുകിടപ്പുണ്ട്. ചെറുതായി ശേഖരിക്കാൻ ഈ പെട്ടിവീട്ടിൽ അടു പ്പിനുമേൽ അറയുണ്ട്. വാറ്റ ഊണു കഴിഞ്ഞ നേരത്ത്, നൂറ്റിമുപ്പതിന്നു മേൽ കിലോമീറ്റർ താണ്ടി, ചുരം കേറിയെത്തിയവർക്കൊന്നു വിശ്രമി ക്കാൻ പറ്റിയ അവസരം. വണ്ടിപോലും ഷഡ്ഡിൽ ഉറങ്ങുന്നു.

ഞാൻ ഉമ്മറവാതില്പടിയിലിരുന്നു. മുറ്റത്ത് പടർന്നു പന്തലിച്ചൊരു പൊൻ ചമ്പകപ്പൂമരം. തടിയിലും ചില്ലയിലും പൂക്കൾ, കഴിഞ്ഞ ഋതു വിൽ പിറന്ന പച്ചക്കായ്ക്കൾ പേടകം തുളച്ചു മുറ്റത്തേക്കു ചാടി വീണ ചിലരുണ്ട്. റോസ് നിറത്തിലുള്ള പൊൻ ചമ്പകവിത്തുകൾ തണുത്ത മാനം നോക്കി കവിടിക്കല്ലുകൾക്കിടയിൽ ശയിക്കുന്നു. മുറ്റത്തിന്റെ താണയിറമ്പിൽ ഒരു കിളിയമ്മ കുഞ്ഞുങ്ങളെ പറക്കാൻ പഠിപ്പിക്കുന്നു. വാതിൽപടിയിലിരിക്കുന്ന ഞാൻ മേലോട്ടു നോക്കി. കിളിയമ്മ കൂടും തൊട്ടിലും പണിതുവച്ചിരിക്കുന്നത് ചില്ലില്ലാത്ത കമ്പിറാന്തലിന്റെ വയറ്റി ലാണ്. അതിന്നിപ്പൊ മണ്ണെണ്ണമണം കാണില്ല. കൂടിന്നകത്ത് എന്റെ പേരക്കുട്ടിയുടെ ചുവന്ന റിബ്ബണിന്റെ ഒരു തുണ്ട് അലങ്കാരം. ചുവന്ന ഇലക്ട്രിക് വയർക്കഷണങ്ങളുടെ കട്ടിൽ. കളത്തിലുണങ്ങിയ ദർഭപ്പാൽ

മെത്ത മൂന്നു കുഞ്ഞുങ്ങൾ വലിയ വാ തുറന്നു തള്ളയെ വിളിക്കുന്നു. പൊൻചെമ്പകപ്പൂമരത്തിലെ പച്ചപ്പുഴുക്കളിലൊന്ന്, കൊക്കിലെടുത്ത്, ഭാരിച്ച ചുമടുമായി കൊച്ചുകിളിയമ്മ, താഴെയിരിക്കുന്ന എന്നെ ഒരു കാവൽപ്പൊലീസിന്റെ സ്റ്റഡിയായ നോട്ടത്തോടെ എതിരിടുന്നു.

ഞാൻ തോറ്റു. മിഴി താഴ്ത്തി . ''ഒന്നുമറിഞ്ഞില്ല നാരായണ.'' എന്ന മട്ടിൽ മുറ്റത്തിന്റെ അതിർത്തിക്കപ്പുറം നോക്കി.

മറ്റൊരു കിളിയമ്മ, കുട്ടികളെ പറക്കാൻ പഠിപ്പിച്ച ചാരിതാർത്ഥ്യ ത്തോടെ മേപ്പിൾ പൂമരത്തിന്റെ ചില്ലിക്കൊമ്പിൽ ഗുരുവിന്റെ നോട്ടവു മായിരിക്കുന്നു.

അകത്ത് വീട്ടിലെ മാറാല തട്ടിയും കിടയ്ക്ക കുടഞ്ഞ് വിരി മാറ്റിയും എലി കത്രിച്ച കടലാസ് ചീളുകൾ വാരി കുട്ടയിലിട്ടും എന്നോടു ചോദി ക്കുന്നു.

''ഒരീച്ചയ്ക്കുപോലും കടക്കാൻ പഴുതില്ലാത്ത ഈ വീട്ടിന്നകത്തെ ങ്ങനെ എലി കേറി?''

കതകു തുറന്നപടി ഒരു അണ്ണനമ്മ കാലുകൾക്കിടയിലൂടെ പുറ ത്തേക്കു പാഞ്ഞതു കണ്ടില്ലേ?

വിറകടുപ്പിന്റെ കമ്പിക്കട്ടിലിൽ അണ്ണാൻകുഞ്ഞുങ്ങൾ സ്ഥലം വിട്ടിരി ക്കുന്നു. പുൽനൂലുകൊണ്ടു മെടഞ്ഞലങ്കരിച്ച ഇരട്ടത്തൊട്ടിലിൽ അണ്ണാൻ കുഞ്ഞുങ്ങൾ രണ്ടുണ്ടായിരുന്നു. അവരെങ്ങനെ പുറത്തുപോയി?

പുകയില്ലാ അടുപ്പിന്റെ പുകക്കുഴലിലൂടെ അണ്ണാനമ്മ ഇറങ്ങി വന്നു എന്റെ മുഖത്തു നോക്കുന്നു.

''നിനക്കെന്തു കാര്യം ഇവിടെ?''

ഞാൻ അടുക്കളക്കതകടച്ചു അകം അണ്ണാനമ്മയ്ക്കായി ഒഴിച്ചു കൊടുത്തു. പുകക്കുഴലിലൂടെ ഉരസിയേറി അമ്മയും രണ്ടു മക്കളും പുരപ്പുറത്തൂടെ ഓടി മറഞ്ഞു.

ഈ പുണ്യമേറിയ ഭൂമിയിൽ ഏതിടത്തും ജീവൻ തുടിക്കുന്നല്ലോ. ഒരണ്ണാച്ചിക്ക് ഇരട്ട പിറന്നതും ബ്രഹ്മം അറിഞ്ഞിരിക്കും. അവിടെയൊരു ഭാരിച്ച, എന്നാൽ ഭാരമില്ലാത്ത, പാരിച്ചൊരു കണക്കുണ്ട്. നമ്മുടെ എല്ലാ ശാസ്ത്രവും ഒത്തൊരുമിച്ചു ഗവേഷണം നടത്തിയാലും ആഴം കാണാത്ത ജ്ഞാനശേഖരം.

''ഇന്നൊന്നും കഴിക്കേണ്ടേ.''

ഒരു ചോദ്യം അകത്തുനിന്ന്. ■

കൊല്ലി

പാറക്കല്ലുകൾ ചുമന്നു താഴ്വരയിലേക്കെത്തുന്ന ഇറക്കത്തിൽ ചരക്കുലോറി മുറുമുറുക്കുന്നതും അലറുന്നതും കേട്ട് നാണു കിടന്നു. അയാൾ കട്ടിലിൽ നിന്നും താഴെയിറങ്ങീട്ടില്ല. കാരണം കുന്നിൻമുകളിലെ ക്ഷേത്രത്തിൽ ആരാധനാസമയം ആയിട്ടില്ല.

ശംഖുവിളിക്കും കൊട്ടിനും കാത്തു നാണു ജാഗ്രതയോടെ തിരിഞ്ഞു കിടന്നു. അപ്പോഴാണ് ഓർക്കുന്നത്, ഇന്നെവിടെനിന്ന് പാൽമേടിച്ചു പൂജയ്ക്കുമുമ്പ് ക്ഷേത്രത്തിലെത്തിക്കും? നാണുവാണ് സ്ഥിരമായി ഈ കൃത്യം നിർവഹിക്കുക. മരംകോച്ചി വിറയ്ക്കുന്ന നേരം കാട്ടു കുയിലിന്റെ പാട്ടിനൊപ്പം തന്റെ ബൈക്കിൽ കേറി കുതിക്കണം. പെരു മാൾമല കേറണം. അമ്പലത്താഴെ മുക്കിൽ രണ്ടേരണ്ട് കട മാത്രമേ യുള്ളൂ. അവർക്ക് ഉറങ്ങാൻ സമയം കിട്ടുന്നത് അടച്ചുമഴ പെയ്യുന്ന ചില മഴക്കാലരാവുകളിൽ മാത്രം. മറ്റെല്ലാ ഋതുക്കളിലും പെരുമാൾ ജാഗ്രതയോടെ ഭക്തജനത്തെക്കാത്ത് ഉണർന്നിരിക്കും. കവലയിലേ ക്കിറങ്ങുന്ന അമ്പല റോഡിലൂടെ തലേന്നാൾ രാവും പകലും കൊതു കടിയേറ്റ് ഉറക്കം വരാതെ അഗ്രശാല മാളികയിൽ കിടന്നു വെളുപ്പി ക്കുന്നവർ കടയിലെത്തും മുമ്പ് - ഒരു ചുടുചായ, തിളപ്പിച്ച പാൽ ചേർത്ത് ആറ്റി രുചികൂട്ടിയത് ആരാണുപേക്ഷിക്കുക.

ഇന്ന് തന്റെ ദിനസരി തലകുത്തിമറിഞ്ഞു. ഈയിടെ അങ്ങനെ യാണ്. അരിയില്ലായ്മയോ പച്ചക്കറിയില്ലായ്മയോ നാണുവിനെ ഒരി ക്കലും അലട്ടാറില്ല. വേണ്ടതെല്ലാം പത്നീസമേതം അയാൾ മുറ്റത്തെ വയലിൽ നട്ടുപിടിപ്പിച്ചിട്ടുണ്ട്. ഏതു ദിവസത്തിലും ക്ഷാമമുണ്ടാവാ റില്ല. മലയുറവ് ചതിച്ചിട്ടില്ല. മഞ്ഞും മഴയും വരുന്നവഴിയും നാളും നാണുവിന്ന് മുൻകൂട്ടി അറിയാം. കുഞ്ഞുനാൾ മുതൽക്ക് അതായിരുന്നു ഗൃഹപാഠം.

വരണ്ടാരു മലയോരദേശത്ത്, ശീതക്കാറ്റ് പനയോലകളിൽ തമ്പേ റടിക്കും ദേശത്തുനിന്നും അവൻ ഇവിടെ ഈ പച്ചത്താഴ്വരയിൽ

ബ്രഹ്മഗിരിയുടെ പാദ ത്തിൽ എത്തിച്ചേർന്നത്, മുത്തശ്ശിയെ പിന്തുടർന്നാണ്. വരണ്ടുണങ്ങി നെഞ്ചത്തലച്ച് നിലവിളിക്കുന്ന മീനമാസരാവുകളെ നാണു മറക്കുന്നത് ഈ തണുത്ത കാറ്റും മഞ്ഞിന്റെ കനവും പച്ചക്കാടിന്റെ മുടിയാട്ടവും കിളിക്കച്ചേരിയും ആസ്വദിക്കാൻ കിട്ടുന്നതുകൊണ്ട്. കൈയുറപോലെ പാകമായ സഹധർമിണി. കുലവധു. ഭർത്താവ് കൃഷിക്കാരനെങ്കിൽ താനും കൃഷിക്കാരി, ഭർത്താവ് വയൽപ്പണിക്കിറങ്ങുമ്പോൾ അവൾ വരമ്പത്തെ തൊട്ടാവാടിച്ചെടിക്കുമ്പുകളെ വിരൽചേർത്തു പറിച്ചുകളയും. താഴ്‌വരയുടെ മേലറ്റം കുറഞ്ഞ് കവലയിലേക്കു കഴുത്തു നീട്ടുന്ന റോട്ടിൽ നിന്ന് നാണു, തന്റെ ചെറുമറവികൾക്ക് ശാന്തി കണ്ടെത്താൻ താഴ്‌വരയിലെ പാടത്തേക്ക് നീട്ടിവിളിക്കും. വാക്കുകൾ ചിറകടിച്ച് മലയിൽ നിന്നു മറുമലയിലേക്കു കുതിക്കും. അപ്പോൾ കേൾക്കാം ലക്ഷ്മിയുടെ മറുപടി.

''എന്താ ഉണ്ണ്യേട്ടാ?''

''കണക്കുബുക്ക്. പേന എടുത്തിട്ടുണ്ട്.''

കണക്ക് ബുക്ക്, സ്ഥലം ഗ്രാമീണ സഹകരണ ബാങ്ക് എല്ലാ കൊല്ലവും ഡിസംബർ അവസാനവാരം സമ്മാനിക്കുന്നതാണ്. കാശു കൊടുക്കേണ്ട. ഭൂപണയബാങ്കിലെ കടം വീട്ടും ആളുകളെ കൃത്യമായി ഓർമ്മിപ്പിക്കാനാണ്. രണ്ടുബുക്ക് കൊടുക്കും. രണ്ടും സൗജന്യം. ഒന്ന് കീശയിലിട്ടു നടക്കാൻ. മറ്റത് കാൽപ്പെട്ടിയിലെ 'ആധാര'ക്കടലാസുകൾക്കൊപ്പം ഇരിക്കാൻ.

ഇത്ര കരുതലോടെ ജീവിച്ചിട്ടും തന്റെ നാൾവഴിയിൽനിന്നു ബാങ്ക് ലോൺ തിരിച്ചടയ്ക്കേണ്ട പാറക്കല്ലുകൾ നീക്കാൻ കഴിഞ്ഞിട്ടില്ലല്ലോ എന്നത് ഏറ്റവും വലിയ ദുഃഖം. തീരാശാപംപോലെ.

പാറക്കല്ല് ചുമന്നും ബുൾഡോസർ വലിച്ചും ഇറങ്ങിവരുന്ന ഇരുമ്പുവണ്ടികൾ നാണുവിന്റെ വലതുചെവിയോരത്തുരസി. മുറ്റത്തിന്റെ അരികിലല്ല, നടുവിലൂടെ ഗൃഹഭിത്തിയുടെ മൂലക്കല്ലിനെ ഇടിച്ചും ഇടിക്കാതെയും രാവിയെടുത്തു കുതിക്കുന്നതിപ്പോൾ തന്റെ നെഞ്ചും കഴുത്തും കഴിഞ്ഞു തലയോട്ടിക്കകത്തൂടെയാണെന്ന് നാണു രോഷത്തോടെ തിരിച്ചറിഞ്ഞു. ''കൊല്ലണമവരെ. മുംബൈ കരിമ്പണവുമായി കിതച്ചെത്തുന്ന മുതലാളിമാരെ.''

അടുത്തകാലംവരെ നാണു പ്രാർത്ഥിച്ചിരുന്നത്, എന്റെ കൊല്ലിമൂല വയലുകളെയും ചെറുതായ വീട്ടുതോട്ടത്തെയും കാട്ടുകൊമ്പന്മാരിൽനിന്നും പന്നിക്കൂട്ടങ്ങളിൽനിന്നും മർക്കടന്മാരിൽനിന്നും രക്ഷിക്കണേ എന്നായിരുന്നു. എല്ലാം വനരോദനം. പ്രാണവായുവായ കാനനക്കാറ്റിനെ ഒരു കൊടുങ്കാറ്റെടുത്തു ചുമലിലിട്ടുപോകുന്നു.

കാൽനൂറ്റാണ്ടുമുമ്പ് മുത്തശ്ശി ഇതാ ഈ മുറ്റത്തൂടെയായിരുന്നു കാറ്റുപുതച്ച് കൊല്ലിയിലേക്കു പോയിരുന്നത്. സൂര്യഭഗവാൻ തിരുനെല്ലിപ്പെരുമാളിനെ തൊട്ടുവിളിക്കുംമുമ്പ്. കാട്ടിലുറങ്ങിക്കിടക്കുന്ന കാറ്റ് മുണ്ടഴിച്ചു കുടഞ്ഞ് എണീറ്റ് കാടിന്റെ അന്തരീക്ഷം വെടിഞ്ഞ് ഇറങ്ങിയെത്തും മുമ്പ്.

നാണു, ബദ്ധപ്പെട്ടു പുറത്തിറങ്ങി. പല്ലുതേച്ച് മുഖം കഴുകി. ചുടുവെള്ളത്തിൽ കുളിച്ചു. ഇന്ന് കർക്കിടകം ഒന്നാന്തി. ബദ്ധപ്പാടിൽ ഒരു കുറിചാർത്തി. ഭാര്യയെ സന്തോഷിപ്പിക്കാനാണിത്. എത്രയോ കാലം ദാരിദ്ര്യത്തിന്റെ വഴികൾ ചുറ്റി. വയൽ വെറുതെ കിടന്നു. അതു മുത്തശ്ശിയെ ഓർത്താണ് നെടുവീർപ്പിടുന്നതെന്ന് നാണൂന്നറിയാം.

''ലക്ഷ്മീ...''

അവൾ കുളികഴിഞ്ഞ് നീർത്തുള്ളികളെ വാരിക്കെട്ടി ഒരു തോർത്തിൽ അടുക്കിയിരുന്നു. തുണിയിൽനിന്നു വെയിലിന്റെ മണം. താഴ്വരയിൽ കൈതപ്പൂ കാലമടഞ്ഞിട്ട് എത്രയോ കൊല്ലങ്ങൾ. ഇവിടെ മുറ്റത്തൊരു എരഞ്ഞിമരം നട്ടുപിടിപ്പിക്കാതിരുന്നതെന്ത്, മുത്തശ്ശി.

''ന്താണാലോചന?''

''എരഞ്ഞിപ്പൂ.''

''ഉറക്കം വരാണ്ടെ തലക്കല്ലിളകിയോ?''

മറുപടി കേൾക്കാനനുവദിക്കാതെ, കല്ലു ലോറി വീണ്ടും നെഞ്ചത്തൂടെ ഇറങ്ങി പടിഞ്ഞാട്ടുപോകുന്നു. വണ്ടിക്കു ശ്വാസംവിടാൻ കഴിയുന്നില്ല. ഞരങ്ങുന്നു.

മുംബൈ മുതലാളിയുടെ നെഞ്ചത്തൂടെ ഈ മാരകവണ്ടിക്കൊന്നു കേറിയിറങ്ങിക്കൂടെ എന്ന് നാണുവിന്റെ മനസ്സ് ഉച്ചത്തിൽ ചിന്തിക്കുന്നു.

നാണു കാപ്പിപ്പാത്രം കൈയിൽ വെച്ചുകൊണ്ട് മുറ്റത്തിറങ്ങി നോക്കുന്നു. കൂറ്റൻ കെട്ടിടങ്ങൾ, ഒരിക്കൽ തന്റേതായിരുന്ന ഹരിതസ്വർഗത്തെ ചവുട്ടിയമർത്തി നിൽക്കുന്നു. മറ്റൊരു ദിനോസറിന്റെ അസ്ഥികൂടം തന്റേതായിരുന്ന കുടിവെള്ളച്ചാലിനെ മാച്ചുകളഞ്ഞു ഉയർന്നുവരുന്നു. അയൽക്കാരന്റെ കുടിവെള്ളവും മുട്ടിയിരിക്കുന്നു.

അക്കരെക്കാരുടെ കാലിക്കൂട്ടത്തെ തന്റെ മുറ്റത്തൂടെ മലകയറ്റിയാണിപ്പോൾ കുറിച്യർ കാട്ടിൽ മേയ്ക്കാൻ കൊണ്ടുപോകുന്നത്. നീർച്ചാലുകളും മനുഷ്യച്ചാലും മൃഗച്ചാലും കിളച്ചുമറിച്ചൊരു ഭൂലോകസ്വർഗം പണിതു നാടടക്കം ക്ഷണിച്ചിരുത്താൻ മുംബൈ മലയാളി, പട്ടണത്തിൽ വിമാനമിറങ്ങി, മലയോര ബസ്സുകേറി, ഇവിടെ എത്തിയത്

സ്വർഗതുല്യമായൊരു ചിങ്ങസ്സന്ധ്യയിലാണ്. തീർത്തും അപരിചിതൻ. വഴിതെറ്റിയെത്തിയൊരു വേനൽക്കരിവണ്ടുപോലെ അയാളുടെ നോട്ടം തെക്കുവടക്ക് കിഴക്കുപടിഞ്ഞാറ്, മേൽക്കീഴ് മണ്ടിനടന്നു. പാലക്കാട്ടെ തറവാട്ടിൽ, ക്ഷയകാലത്ത് എരുത്തിലിലെ കാളക്കുട്ടിയെ കച്ചവടക്കാരൻ അളന്നത് ഇമ്മട്ടിൽത്തന്നെ ആയിരുന്നെന്ന് കിടിലം കൊണ്ടു, നാണു.

എന്തുചെയ്യും?

ആരോടു കരയും?

ലക്ഷ്മി, പാവം. ദുഃഖം വിഴുങ്ങി, തൊണ്ടയടഞ്ഞുപോയി.

ദോശ തണുത്തുപോകും.

ആദ്യം കറന്ന പാൽ കൊണ്ടുപോയിക്കൊടുക്കട്ടെ. റേഷൻ മേടിക്കാനെന്തു പോംവഴി?

നാണു പാൽ വിറ്റിട്ടില്ല. നെയ്യും മോരും ഉണ്ടാക്കി ക്ഷേത്രസത്രത്തിലെ അതിഥികൾക്കു നൽകി. കാശ് കൃത്യമായി മേടിച്ചു. അയാൾ ജീവിക്കാൻ പഠിക്കുകയായിരുന്നു.

നാണുവിനെക്കാണുമ്പോൾ താഴ്വരയിലെ ഭൂസ്വാമികൾ മാറിനിന്നു. കടക്കാരനെ കണികാണരുതെന്ന് സിദ്ധാന്തിച്ചു. എല്ലാം മുത്തശ്ശിയുടെ ശാപം. സമാധാനിക്കാനൊരു വഴി. എവിടെയാണ് പിഴച്ചത്?

ഡിഗ്രിയെടുക്കുമ്പോഴുള്ള സ്വപ്നം ഇതായിരുന്നില്ല. അതൊരു വളർത്തു പൂന്തോട്ടമായിരുന്നു. എന്നാൽ കൃഷിയുടെ ഉർവരത അയാളുടെ മനസ്സിന്നടിത്തട്ടിലുണ്ടായിരിക്കും.

മുത്തശ്ശിയുടെ വിരൽത്തുമ്പിൽ തൂങ്ങി, ഇതാ ഇക്കാണുന്ന കറുത്ത കാടിന്റെ പൂമുഖത്തു വളരുന്ന നെൽവയലുകളിലേക്ക് നാണു വേനൽക്കാല അവധികളിൽ നടന്നുപോയിരുന്നു. ഉറക്കത്തിന്റെ ഇടവേളകളിൽ തണുത്ത മധുരക്കാറ്റ് തൊട്ടുവിളിച്ചു.

"ഇറങ്ങിവരൂ ഈ മുറ്റത്തേക്ക്."

"കാണുന്നില്ലേ ഈ തേൻനിലാവിനെ?"

കേൾക്കുന്നില്ലേ മൃഗങ്ങളുടെ കാലൊച്ച?

കാട്ടിൽ ലക്ഷക്കണക്കിന് തേനീച്ചകൾ മുരളുന്നു!

ഉയരങ്ങളിലൊരു വൃക്ഷത്തിന്റെ ഉച്ചിയിലിരുന്നൊരു കൂമത്തി കൂമനെ വിളിക്കുന്നു, അടുത്ത കരയിലെ വൃക്ഷം വിട്ടു പറന്നെത്താൻ. ഡിസംബറിന്റെ കൊടുംതണുപ്പിന്റെ സംഗീതമായി ദമ്പതികളുടെ വന്യമായ മൂളൽ.

നിറദീപം തെളിയിച്ച് ഭൂമിയെ ഒട്ടാകെ അലങ്കരിക്കുന്ന മിന്നാമിന്നിക്കൂട്ടങ്ങളുടെ ഉത്സവം. മുള്ളിലും മുരടിലും വേലിയിലും കൊള്ളിലും പുൽത്തുമ്പിലും ദീപക്കാഴ്ച. കാട്ടുവഴി താണ്ടാൻ രാത്രിയിലെ ഞെക്കുവിളക്കു വേണ്ട. സമയമറിയാൻ കാട്ടുകിളികൾ കൂകും.

മറ്റൊരു പാറവണ്ടി നീങ്ങിനിരങ്ങി അമറിക്കൊണ്ട് നാണുവിന്റെ നെഞ്ചത്തൂടെ പാഞ്ഞുപോയി. അവന്റെ പൂമുഖത്ത് കസേര കിടുങ്ങി. കാവൽമെത്ത വിറകൊണ്ടു.

ഇക്കുറി പാറകൾ ഉരുണ്ടുവീണത് നാണുവിന്റെ കുടിവെള്ളം നൽകുന്ന ഉറവമുഖത്താണ്.

നാണു ചാടിയിറങ്ങി. കുഞ്ഞുകിണറിന്നടുത്തേക്ക് പാഞ്ഞു.

മങ്ങിയ ഇരുട്ടിൽനിന്ന് വെളിക്കു കേറാതെ മുംബൈഭൂതം ചോദിക്കുന്നു.

ഇനിയെന്തിന് സുഹൃത്തേ കാട്ടുറവ? നിനക്കെന്റെ വാട്ടർ സിസ്റ്റത്തിൽ നിന്ന് ഒരു ടാപ്പ് എടുക്കാമല്ലോ. സൗജന്യം.

പത്തിലധികം ഹോഴ്സ്പവറുള്ള മോട്ടോറുപയോഗിച്ച് ഇയാൾ ഗ്രാമീണരുടെ വെള്ളം മുഴുവനും നദിയിൽനിന്ന് ഊറ്റിയെടുക്കുകയായിരുന്നു. ഫോറസ്റ്റ് കാവൽക്കാരൻ വന്ന് അത് മുറിച്ചു കളഞ്ഞു. ഈ നദീജലം കാട്ടുമൃഗങ്ങൾക്ക് കുടിവെള്ളമാണ്! നീയതു വറ്റിച്ചാൽ തടവിലാകും.

തന്നെ തടവിലിടാൻ ഇവിടാരുണ്ട്? ചോദ്യമുന കൂർത്തു. കാവൽക്കാരൻ തന്റെ ചുമതല ഭംഗിയായി നിർവഹിച്ചു.

പിന്നെ മുതലാളി, ഒരു പാതാളക്കിണർ കുഴിപ്പിച്ചു. ഒരു വലിയ കേളീതടാകം ഉണ്ടാക്കി. ഭൂമിക്കടിയിലായിരുന്ന ഒരു പാറ, തടാകമധ്യത്തിൽ തലയുയർത്തി വന്നു. ഒരു പുതിയ അവതാരം. മുത്തശ്ശിതന്ന വയലുകൾ വിഴുങ്ങി മുതലാളി ആദ്യം കാടുവെച്ചു. സർക്കാരിന്ന് സന്തോഷം. പിന്നെ ഓരോ മരം വെട്ടിനീക്കി. കൗമാരവൃക്ഷങ്ങളെ ഓരോന്നായി കൊയ്തുവീഴ്ത്തി. ഇപ്പോൾ കാട് നിഷ്ക്രമിച്ചു. തൽസ്ഥാനത്ത് ടൂറിസ്റ്റ് ഭവനങ്ങൾ. കെട്ടിടങ്ങളുടെ തോട്ടം, അഥവാ വയലുകളുടെ ശ്മശാനം.

മേലെ ഒടിയിൽ കൊല്ലിയിലെ കൊച്ചുവീട്ടിലിരുന്ന് നാണു ചോദിച്ചു:

''ഇനി നാം എങ്ങോട്ടുപോകും?''

ഇതും അവൻ വിഴുങ്ങുമോ എന്നൊരു മുഖം മറച്ച ഉത്കണ്ഠയിലേക്ക്, മുറ്റത്തെ നെല്ലിമരത്തിലേക്ക് കുഞ്ഞുങ്ങളെ പറക്കാൻ പഠിപ്പിക്കുന്ന കിളിയമ്മ കലമ്പി. ഞങ്ങളുടെ പൂമുഖവാതിൽക്കൽ ചില്ലില്ലാത്ത

റാന്തൽകൂട്ടിൽ മുട്ട വിരിയിച്ചു സമാധാനിച്ചിരിക്കുന്ന കിളിയുടെ ചുവന്ന കാത് കൂടുതൽ ചുവന്നിരുന്നു. ലോറിയോരോന്ന് ഭൂമി കുലുക്കി അലറി ക്കുതിച്ചു കടന്നുപോകുമ്പോൾ കിളിയമ്മ കണ്ണടച്ചു കൂട്ടിന്നകത്തിരി ക്കാതെ, മുറ്റത്തെ പൊൻചെമ്പകത്തിന്റെ പൂത്തുലഞ്ഞ പടർപ്പിൽ മറഞ്ഞു.

ഈ പൂമരം, ഈ വന്യസുഗന്ധം, ഈ മഞ്ഞുപ്രഭാതം ഇനിയെത്ര നാൾ? ■

വെളിമ്പറമ്പുകൾ

വെളിമ്പറമ്പിന്റെ വിളുമ്പിൽ പരാജിതന്റെ ദുഃഖംപോലെ കാട്ടുപൊന്തത്തുരുത്തുകൾ. കൂട്ടുകൂടാൻ വന്ന കിളികൾ ഇണയായി പടിഞ്ഞാറോട്ടു പറന്നുപോകുന്നു. വിജനതയിൽ അവശേഷിച്ച കുന്നുകൾ ദുഃഖത്തോടെ നോക്കി നിൽക്കുന്നു. താഴ്‌വരകൾ താണ്ടി ഭാണ്ഡം പേറി ചെറുപ്പക്കാർ പാതിച്ചെരിവിലെ റെയിൽവേ സ്റ്റേഷനിലേക്ക് വന്നുകൊണ്ടിരിക്കുന്നു. കിലോമീറ്ററുകൾക്കകലെ ആഴ്ചയിൽ രണ്ടു പ്രാവശ്യം വീതം വന്നുകൊണ്ടിരിക്കുന്ന തീവണ്ടിയുടെ തേങ്ങലുകൾക്ക് ഉൽക്കണ്ഠയോടെ, പിടഞ്ഞുണരുന്ന ശുഭപ്രതീക്ഷയോടെ, ചെവിയോർക്കുന്നു. എല്ലാരും യുവാക്കൾ. പാതിയും കൗമാരക്കാർ പെൺകുട്ടികളാരും ഇല്ല. ലക്ഷ്യത്തിലുള്ള ദേശങ്ങൾ പടിഞ്ഞാറൻ പർവ്വതനിരകൾക്കും കിഴക്കു വടക്കൻ പർവ്വത സാനുകൾക്കും ഇടയിലെങ്ങോ ആകുന്നു. വിന്ധ്യാശതപുര പർവ്വതങ്ങൾക്കു വടക്കു കിഴക്കും നിന്നു വരുന്ന അവർക്ക് വിദ്യാഭ്യാസമുണ്ടോ എന്നതു പ്രശ്നമാവുന്നില്ല. വടക്കൻ ഭാഷയിൽ നാമകരണം ചെയ്യപ്പെട്ട ബോഗികൾക്കിടയിൽ വണ്ടിയുടെ ലക്ഷ്യസ്ഥാനം പലയിടത്തു കാണാം. അല്ലെങ്കിൽ സഹയാത്രികന്റെ സ്വപ്നങ്ങൾ ചിറകടിച്ചു മൊഴികളായി ചലിക്കുമ്പോൾ അറിയാറാകും. കേരൾ, മദിരാശി, കോയമ്പത്തൂർ എന്നൊക്കെ അർദ്ധപരിചിതപദങ്ങൾ.

ഏറിയ പേരും അവിടങ്ങളിലെ ജനത്തിനു തീറ്റ വിളയിക്കുന്നവരായിരുന്നു. ഇപ്പോഴവർ ഇര തേടാനിറങ്ങിയ സഞ്ചാരിക്കിളികൾ. ഇണയില്ല. മക്കളില്ല. പിതാക്കളില്ല. ജീവിതം തേടാൻ എല്ലാം പറിച്ചുമാറ്റി ഒരുങ്ങിപ്പുറപ്പെട്ടവർ. സ്വന്തം മൊഴി ഉരിയാടുന്ന അയൽക്കാർ കൂട്ടുകാർ. ഈ വിരഹ മണ്ഡലത്തിൽ എല്ലാവരേയും സ്നേഹിക്കുന്നവർ. വർണ്ണം-ജാതികുല വ്യത്യാസങ്ങൾ ഒന്നും സൗഹൃദത്തിനു തടസ്സമാവുന്നില്ല. വീട്ടടുക്കളയുടെ അന്യത്വത്തെപ്പറ്റി അവർ ഓർക്കുന്നേയില്ല. ഭായി... ഭായി... ഭായി... എന്ന പേരിന്റെ ഏകതാനതയോ, ശ്രുതിഭംഗമോ ഈ പുതിയ സഞ്ചാരിക്കൂട്ടത്തിന്നില്ല. ഒരേയൊരു ലക്ഷ്യം ജീവിതത്തിന്റെ

പ്രാഥമിക ലക്ഷ്യം മാത്രം. നിലനില്പ്. അതിജീവനത്തിന്റെ ഉൽക്കണ്ഠ കളെ ചെറുക്കാനുള്ള തന്റേടം. അനാദികാലം മുതൽക്കേ ജീവിതവഴി യിൽ സഞ്ചാരത്തിന്റെ ത്വരയും മിടിപ്പും ഉണ്ടായിരുന്നു. കരയും കടലും വ്യത്യസ്തമായിരുന്നില്ല. ഉൾക്കരുത്തോ കായികശേഷിയോ മുന്തിനിന്ന തെന്ന് ആരും സ്വയം ആരായുന്നില്ല. ഭാവിയെക്കുറിച്ച് ഉത്കണ്ഠ ശേഷി ക്കുന്നു. മണലാരണ്യങ്ങളും വൃക്ഷകേദാരങ്ങളും കൊടുംകാടും ചതുപ്പും നദികളും താണ്ടി അവർ സഞ്ചാരം തുടങ്ങിയത് ഇന്നോ ഇന്നലയോ എന്നു ചിന്താശീലർ അന്വേഷിക്കുന്നില്ല.

ലക്ഷക്കണക്കിന് ആണ്ടുകൾക്ക് മുമ്പ് തുടങ്ങിയ സഞ്ചാരം. അന്വേ ഷണം എവിടെയെങ്കിലും കാലൂന്നാനുള്ള, പണി ചെയ്തുല്പാദിപ്പി ക്കാനുള്ള ആഗ്രഹത്തിനു മുൻതൂക്കം. ഭഗവാൻ തന്ന ഭൂമി. ഈ പ്രപഞ്ചം മുഴുവനും. അതുപോരാതെ വരുന്നത് ആത്മാഭിമാനത്തിനും നിരക്കാത്ത താണ്. മരങ്ങളും കനികളും ജലനിധികളും മത്സ്യങ്ങളും കാടും കിഴങ്ങും കനിയും പഴങ്ങളുമെല്ലാം കൂടെത്തന്നെ പിറന്നിരുന്നു. പണിയാതെ ജീവിക്കുന്നവനു സ്ഥലം വിടേണ്ടി വരുന്നു. എന്നാൽ തന്റേതല്ലാത്ത കുറ്റത്തിന് എല്ലാം കൊള്ള ചെയ്യപ്പെട്ട് ആധാരരഹിതനായിത്തീർന്നു വന്നു പിടിച്ചു നിൽക്കാൻ ന്യായീകരിക്കാനുള്ള ഇര തേടാനുള്ള കായിക ശേഷിയും ഇച്ഛാശേഷിയും മാത്രം. അവിടെ തങ്ങൾ തോറ്റുപോകുന്നു എന്ന് എല്ലാവരും ചിന്തിക്കുന്നുണ്ട്. കുടുംബങ്ങളെ വിട്ടു പോന്നു. മുല ക്കുഞ്ഞുങ്ങൾക്ക് മുറ്റത്തിറങ്ങിയിട്ടും ഒന്നുകൂടി കേറിച്ചെന്നു വീണ്ടു മൊരു മുത്തം നൽകുന്നു. ചുവരിന്റെ കറുപ്പിൽ കുഞ്ഞൊരു ചതുര ത്തിൽ എല്ലാം കാണുന്നവനായി സങ്കൽപ്പിക്കപ്പെടുന്ന കുലദൈവത്തിന്റെ മുമ്പിൽ ഒരിക്കൽക്കൂടി മുട്ടുകുത്തി നമസ്കരിക്കുന്നു. ചിലപ്പോൾ ആ ചിത്രത്തിനു നിശ്ചിത രൂപഘടനയിലൊരു മൂർത്തിയില്ല. ഒരു പുണ്യ വാക്യത്തിന്റെ ജ്യോതിസ്സുമാത്രം. ഒരു ചിഹ്നത്തിന്റെ ശക്തി. മുറ്റത്തെ കയറ്റുകട്ടിലിൽ രാച്ചൂടിനെ വെല്ലുവിളിച്ച് ഉറങ്ങാൻ കിടന്നിരുന്നൊരു വൃദ്ധൻ. ഉമ്മറത്തു കുഞ്ഞിനെ മടിയിൽ കിടത്തി അനങ്ങാതിരിക്കുന്ന പുത്രഭാര്യയോടു വിളിച്ചു ചോദിക്കുന്നു.

‘‘മോളെ അവനിറങ്ങിപ്പോയോ?’’

ഒരു ദീർഘശ്വാസം മേലെ തുറന്ന പകലിനു നേർക്കു കടന്നുപോവു ന്നത് മഞ്ഞിൽ തണുത്ത വായുവിൽ രേഖപ്പെടുന്നു. പിന്നെ മാഞ്ഞു പോകുന്നു.

മരുമകൾ കുഞ്ഞിനെ കമ്പിളിത്തുണ്ടത്തിൽ പൊതിഞ്ഞു കെട്ടി ഉയരത്തിൽ കെട്ടിയ ഭദ്രമായൊരു തൊട്ടിലിൽ കിടത്തുന്നു.

‘‘അരേ, ബാപു. ഞാൻ വെള്ളമെടുക്കാൻ പോകുന്നു.’’

ഞാനുറക്കം അവസാനിപ്പിച്ചു. അയാൾ പുതപ്പുമാറ്റി താഴെ വെച്ച് ഹുക്ക ഒരു ശീലം കൊണ്ടു പരതുന്നു.

അത്തരം നൂറു നൂറു കുടുംബങ്ങളെ ചൈതന്യരഹിതമാക്കി, അവർ ഇറങ്ങിപ്പോരുന്നു. ദൂരെ ദൂരെ ഒരു രാജ്യമുണ്ട്. സമ്പന്നമായൊരിടം. എങ്ങും പണം. സ്വർണ്ണക്കട്ടിയായി. ഫലവൃക്ഷങ്ങൾ മാർക്കറ്റും സഞ്ചാരവും കാത്ത്. മണൽക്കുന്നുകളും പാറക്കെട്ടും അരുവികളും നദീതടങ്ങളും കാടും മേടും ധാരാളം പണം ഉണ്ടാക്കാനറിയുന്ന ആണുങ്ങളും കുഞ്ഞുങ്ങളെ പോറ്റുന്നതിലും പലതരം തീറ്റകൾ ഉണ്ടാക്കുന്ന അടുക്കളകളും അന്തിയുറങ്ങാൻ മണിമന്ദിരങ്ങളും കൃത്യമായി ജലം സപ്ലൈ ചെയ്യാൻ കിതച്ചും കടിച്ചു കീറിയും പർവ്വതനിരകൾ താണ്ടി വരുന്ന വികാരഭരിതരായ മഴക്കാറുകളും. കൃത്യമൊപ്പിച്ചു കൊല്ലത്തിൽ രണ്ടു വർഷക്കാലം നൽകുന്ന ഋതുക്കളും. ഇതാണ് പുരാണങ്ങളിൽ രേഖപ്പെട്ട സ്വർഗ്ഗദേശം. ഭൂമിയിലിറങ്ങിയ സുരലോകം.

സ്വപ്നച്ചിറകുകൾക്ക് പ്രഭാതശോഭയുള്ള ആകാശച്ചെരിവുകൾ തൊങ്ങൽ ചാർത്തുന്നു. സ്വന്തം മാറാപ്പിലെ വറുത്ത കടലയുടേയോ ഗോതമ്പിന്റേയോ ചോളത്തിന്റേയോ പൊടിയിലുണ്ടാക്കിയ തീറ്റസാമഗ്രികൾ മാത്രം അവർക്കു തുണയായുണ്ട്. നീണ്ട നടത്തങ്ങൾക്കിടയിൽ കയറിപ്പറ്റാൻ പറ്റുന്ന വണ്ടികൾ സ്വപ്നച്ചിറകുകളൊതുക്കി അവർക്ക് രണ്ടോ മൂന്നോ രാത്രികളുറങ്ങാനും കഴിയും. കമൽദാദയും ഖുർഷിദ് ദാദയുമാണ് എല്ലാ ഒരുക്കങ്ങളും ചെയ്തിരിക്കുന്നത്. അവർ നാടു കണ്ടു ശീലമുള്ളവരാണ്. അവരുടെ പൂർവ്വികരും അങ്ങനെത്തന്നെ.

ഇന്നത്തെപ്പോലെ നിയമവിലക്കുകളില്ലാത്ത കാലത്ത് അവരുടെ പൂർവ്വികർ, തങ്ങളുടെ പൂർവ്വീകരെ മലേഷ്യയിലേക്കും പേർഷ്യയിലേക്കും സിലോണിലേക്കും യൂറോപ്പിലേക്കും ആഫ്രിക്കയിലേക്കും മറ്റും കൊണ്ടുപോയി വിട്ടിരുന്നു. അങ്ങനെയാണ് ജീവിതം. നിരപ്പാക്കൽ. എല്ലാ പാട്ടിലും നിരപ്പാക്കൽ. എന്നാൽ വിചിത്രം, ഒരിക്കലും ഒരിടവും ഗോളാകൃതിയിലുള്ള ഈ ഭൂമിയിൽ നിരപ്പാവുകയില്ലെന്നു അവർക്ക് ജന്മവാസനകൊണ്ടറിയാം. കയറിപ്പറ്റുക, ഇറങ്ങിപ്പോരുക അല്ലെങ്കിൽ പറക്കുക. മാറിവരുന്ന ജീവിതാചാരങ്ങളാണ് മൊഴികളെപ്പോലും നിരപ്പാക്കുന്നത്.

മലമ്പ്രദേശത്തെ തണുപ്പിൽ, താൽക്കാലിക ടെന്റുകളിൽ അന്തിയുറങ്ങുമ്പോൾ, മേലാകാശം ഒന്നേയുള്ളൂവെന്നും കീഴെ ഭൂതലവും ഒന്നു മാത്രമേ ഉള്ളൂവെന്നും അവർ അറിയുന്നു. ഈ ചിന്തയാണ് അവരെ സഞ്ചാരത്തിനു ബലപ്പെടുത്തുന്നത്. അതിലൊരു പങ്കുചേരാനുള്ള ജന്മാവകാശം തങ്ങൾക്കും ഉണ്ടെന്ന ബോധം. മനുഷ്യന് ഭൂമിയിൽ ഒരതിരും ബാധകമല്ലെന്ന ഉള്ളുറുപ്പ്. തിരിച്ചുവരാനാണ് ഇറങ്ങിപ്പോകുന്നത്. വേരിലേക്കും മണ്ണിലേക്കും കുടുംബത്തിലേക്കും തിരിച്ചുവരാൻ എത്രയോ മണിക്കൂറുകൾക്കും അഥവാ ദിനങ്ങൾക്കും ഇടയിൽ അവർക്കുള്ളൊരു കനിവാർന്ന ട്രെയിൻ ബഹളം വെച്ചുകൊണ്ട്

നദികൾക്കു കുറുകെയുള്ള പാലങ്ങളിലൂടെ, മരുഭൂമിക്കു നടുവിലൂടെ കാന്താരങ്ങളുടെ ഉൾവഴികളിലൂടെ വന്നു പോകും.

അതിനാൽ ശൈത്യത്തിന്റെ മുന്നോടിയായ ശീതോഷ്മാവ് നിലനിൽ ക്കുന്ന, മഞ്ഞിനെ അനുനയിപ്പിച്ചു കടന്നു വരുന്ന കാറ്റുകൾക്ക് നേരെ, തുറന്നാകാശത്തിനു കീഴെ, പകലിന്റെ ചൂട് അകിട്ടിൽ സൂക്ഷിച്ചു വെച്ച ഭൂമിയുടെ മാർത്തട്ടിൽ യുവാക്കൾ ആശ്വാസത്തോടെ സുഷുപ്തിയി ലാണ്ടു. അനേകം കുഞ്ഞുടുപ്പുകളെരിഞ്ഞടങ്ങിയ സന്ധ്യ കഴിഞ്ഞ ഇരുട്ടിന്റെ സുരക്ഷിതത്വം അവർക്കു സ്വപ്നമൊഴിഞ്ഞ ഗാഢനിദ്ര പ്രദാനം ചെയ്തു.

വടക്കൻമേഖലയിൽ നിന്നു ജീവിതത്തിന്റെ നിലനില്പിനു വേണ്ട എല്ലാ ഭക്ഷ്യങ്ങളും ഇന്ധനവും പേറി താളത്തിലുള്ള ശബ്ദഭേരി മുഴക്കി കണ്ടെയ്നർ വണ്ടികളും റോഡിലൂടെ രാജ്യാന്തര സഞ്ചാരം നടത്തുന്ന ട്രക്കുകളും ഞരങ്ങുന്നതും കഠിനശ്വാസം വലിക്കുന്നതും അവരെ ഉണർത്തുന്നില്ല. കാറൊഴിഞ്ഞ ആകാശം പോലെ തടസ്സമൊഴിഞ്ഞ നിദ്രാലോകം. അവർക്ക് ദൈവം കനിഞ്ഞരുളിയ ശരീരവും മനസ്സും ശേഷിയുമുണ്ട്. അതുമതി. അതിനപ്പുറം പ്രത്യേക കൂടാരങ്ങളിൽ അവർക്കു വേണ്ടി ജീവിത പടം വരയ്ക്കുന്ന ദല്ലാളന്മാരും ഉള്ളത് അവർ തിരിച്ചറി യുന്നില്ല. വക്രമായ ജീവിതവഴികളിലെ സഹായികളും വഴികാട്ടികളുമാണവർ.

അവരുടെ കൂട്ടത്തിൽ, വിദേശത്തു തേടിപ്പോയി തിരിച്ചുവന്നവരും ഉണ്ട്.

പ്രതീക്ഷയുടെ തുരുത്തിൽ ഉറക്കം തൂങ്ങുന്ന ബഹുദൂര ട്രെയിൻ വന്നു. ശ്വാസമടക്കി. തീർത്ഥാടകരുടെ മനസ്സും ഇത്തിരിപ്പോരും ഭാണ്ഡ ങ്ങളും കുന്നോളം ആശകളുമായി അവർ വണ്ടിക്കകത്തേക്കു രക്ഷ പ്പെട്ടു. തങ്ങൾക്കു മാത്രമായി അലോട്ടു ചെയ്തുകിട്ടിയ ഒരു തീർ ത്ഥാടക രഥത്തോട് എന്ന മട്ടിൽ അവർ വണക്കത്തോടെ പെരുമാറുന്നു. സ്ലീപ്പർ കോച്ചല്ല. അതിന്റെ ഒരു മൂലയ്ക്ക് നാലുപേരിലൊരാളായി ഒരു യുവാവിരിക്കുന്നു. മുഷിഞ്ഞ വേഷം. നീണ്ട മുടിനാരും താടിമീശയും പാന്റ്സും ചുളിവു വീണൊരു ഫുൾസ്ലീവ് ഷർട്ടും. കനം കുറഞ്ഞ കമ്പിളിയുടുപ്പും. സിദ്ധു, യാത്രികരുടെ തിക്കിത്തിരക്കു കഴിഞ്ഞാലേ ടിക്കറ്റ് ചെക്കർ പുതുതായി അലക്കു നിർത്തിയ യൂണിഫോം ഡ്രസ്സു ധരിച്ചു മറ്റൊരു ലോകത്തിന്റെ സൗരഭ്യം ചുമന്ന് കേറി വരുന്നു.

യാത്രികർ ശബ്ദമൊതുക്കി. കയ്യിൽ അമർത്തിപ്പിടിച്ച ടിക്കറ്റ് പുറത്തെടുത്തു. സിദ്ധുവിന്റെ നിരയിലെത്തിയപ്പോൾ അയാൾ കൈ നീട്ടിയില്ല.

''അപ്പൊ, താൻ തിരിച്ചു പോന്നു ഇല്ലേ?''

സിദ്ധു സമാധാനം പറഞ്ഞില്ല. കീശയിൽ കയ്യിട്ടു തപ്പി. അവിടെയൊരു ടിക്കറ്റുണ്ടായിരുന്നു. ടിക്കറ്റ് ചെക്കർ തെളിഞ്ഞു.

ടിക്കറ്റുകൾക്ക് ക്ഷാമമമാണിപ്പോൾ. അയാളതു തിരിച്ചും മറിച്ചും നോക്കി വിലയിരുത്തി. പിന്നെ മയമില്ലാത്ത മട്ടിൽ തിരിച്ചു നൽകി.

ഷൊർണ്ണൂരിറങ്ങി, വേറെ വണ്ടി പിടിക്കാൻ മറക്കേണ്ട.

വിദ്യാഭ്യാസമുള്ള തന്നെ പഠിപ്പിക്കേണ്ട. സിദ്ധു പുറത്തെ ഇരുട്ടിൽ മങ്ങിക്കത്തുന്ന നക്ഷത്രവിളക്കുകളെ ആർത്തിയോടെ നോക്കുന്നു. വണ്ടി സുദീർഘമായ ഒരു ചൂളംവിളിയിൽ സകല മനുഷ്യരേയും വാരിപ്പിടിച്ചു യാത്ര തുടർന്നു ഇരുട്ടിലൊരു ഗുഹയിലേക്കു പ്രവേശിക്കുന്നു.

സിദ്ധു തിരിച്ചുവരികയാണ്. കാശിയിൽ കഴിഞ്ഞു കൂടി നാളുകൾക്ക് നീളം വളരെക്കൂടുതലായിരുന്നു. ജനം തിളച്ചു മറിയുന്ന പകലുകൾ. ഒരു നീണ്ട നിശ്ശബ്ദതയിൽ ബോധം മുറിഞ്ഞു വീണു പോയ നിശകൾ. ഉറങ്ങാത്ത ഒരേയൊരു പ്രതിഭാസം മാത്രം. നിത്യദുഃഖിതയായ ഒരമ്മയെപ്പോലെ ഗംഗാമാതാവ്. ഹിമവാന്റെ മടിത്തട്ടിൽ നിന്ന് അവളെന്തിന് ഇറങ്ങിപ്പോന്നു എന്നു സിദ്ധു നിരന്തരം ആലോചിച്ചു. മറ്റു ജൈവപ്രവാഹങ്ങളെപ്പോലെ മുന്നോട്ടു മാത്രം ഒഴുകാൻ. ഒന്നും അവൾക്ക് തടസ്സമാകുന്നില്ല. ജീവിതം അവളുടെ മടിയിലേക്ക് ഓരോ പാരിതോഷികവും ദാനവും എറിഞ്ഞുകൊടുക്കുന്നു, അവൾക്കൊന്നും വേണ്ടായിരുന്നു. ഒരാശയം ബാക്കിയാകുന്നില്ല. എത്രയെത്ര ജനപദങ്ങൾക്കു വിളമ്പിക്കൊടുത്തു. വൃത്തിയായി ജീവിക്കാൻ നിറഞ്ഞ വെള്ളപ്പൊക്കങ്ങളേയും ജീവിച്ചിരിക്കുന്നു എന്നുന്മേഷിപ്പിക്കാൻ, ഭൂചലനങ്ങളേയും ശീതം വർദ്ധിക്കുന്നു എന്നു തോന്നുമ്പോൾ കാട്ടുതീയോരങ്ങളിലെ കാനനസമൃദ്ധിയേയും ശരണം തേടിയില്ല. നിത്യസമൃദ്ധിയിലേക്ക് ഒരാൾകൂടി, ഒരാത്മാവുകൂടി ശരണം പ്രാപിച്ചിരിക്കുന്നു എന്നറിയാൻ, പ്രാചീനമായൊരു മഹാവൃക്ഷത്തിന്റെ കബന്ധമായി ഓരോരോ കാഴ്ച. ഇടയ്ക്ക് ഉല്ലാസനൗകയേറിയ മനുഷ്യജഡക്കാഴ്ച. ശിഖരങ്ങളും ചില്ലവിരലുകളും വെട്ടിമാറ്റപ്പെട്ട ഒരു ജീവന്റെ തടി. ഇപ്പോൾ നിശ്ചലം. നിരഹങ്കാരം. പ്രതീക്ഷകൾ നിറവേറ്റപ്പെട്ട ഒരു മുക്തജീവന്റെ അവശിഷ്ടം. ഒരു ഒറ്റത്തടി.

സിദ്ധുവിന്റെ കൺകളിൽ നിന്നു അസാധാരണ കാഴ്ചകളൊന്നും തന്നെ മാഞ്ഞുപോകുന്നില്ല. ഏതുമായ, ഏതു സത്യം എന്നു തിരിച്ചറിയാനാവുന്നില്ല. താനിപ്പോഴും തുടർയാത്രയിലോ, ഒരു മടക്കത്തിലോ എന്നും നിർണ്ണയിക്കാനാവുന്നില്ല.

മടങ്ങുകയാണെങ്കിൽ, അത് ഒരു പുതിയ മനുഷ്യന്റെ മടക്കമാണ്. പിറന്ന മണ്ണിലേക്ക്. എവിടേയും ജനം ആദ്യം ആരാധിക്കുന്നത് മനസ്സിനെയാണ്. അവന് കാഴ്ചകളും അനുഭവങ്ങളും പത്തു കൊല്ലവും

പാഠശാലയിലും അതിൽപരം പിറന്ന വീട്ടിലും നാട്ടിലുമായി ചെലവഴിച്ചതിനേക്കാൾ സങ്കീർണ്ണവും വിചിത്രവുമായ ഒരു ലോകത്തു നിന്നു താനെന്തിനു തിരിച്ചുപോന്നു? നാട്ടിൽ ആരും കാത്തിരിക്കുന്നില്ല. ഇതാ നോക്കൂ, ഈ ട്രെയിനിൽതന്നെ നൂറുകണക്കിന് യുവാക്കൾ വേരു പറിച്ച മണ്ണിന്റെ മണവുമായി ഈ ശകടത്തിൽ തിങ്ങിക്കൂടിയിരിക്കുന്നു. സ്വന്തം വീടുകളിൽ നിന്ന് അമ്മമാരും പെങ്ങന്മാരും ഭാര്യമാരും കൊടുത്തുവിട്ട ഇലപ്പൊതിയഴിച്ചു കടുകെണ്ണയുടെ സംരക്ഷണത്തിൽ ചീയാതെ കിടക്കുന്ന നറുംമണ മുതിർക്കുന്ന ആഹാരം കഴിക്കുന്നു. നാലുരുളച്ചോറ്, മൂന്നു റൊട്ടി, രണ്ടുപിടി വറുത്ത കടലയുടെ പൊടി. മധുരം ചേർത്തത്, ഇത്തിരി കടുകെണ്ണ തുളിച്ച പുലാവ്, കടുകുവറുത്ത ബജ്ജി, ശൂണ്ടൽപൂരി... സാധാരണക്കാരന്റെ സമൃദ്ധഭക്ഷണം ഹൃദയത്തിന്റെ സ്നേഹം പുരട്ടിയ വിഭവങ്ങൾ. താൻ മാത്രം, ട്രെയിൻ കഫെറ്റേരിയയിൽ നിന്നു കടവു കട നെത്തുന്ന വിഭവങ്ങളുമായി ഒരു യൂണിഫോറക്കാരൻ അവതരിക്കുന്നതു കാത്തു, കാത്തിരിക്കുന്നു. വിശപ്പിനു മുമ്പിൽ ഗുണപാഠമൊന്നും ഓർമ്മയിലെത്തുന്നില്ല. അടുക്കള തീർത്തും ചേർത്തടയ്ക്കാതെ അടുപ്പിലെ കനലടയ്ക്കാതെ ഒരമ്മ തനിക്കു വേണ്ടി ഇപ്പോൾ, ഈ രാവിൽ അത്താഴത്തിനു കൂട്ടിരിക്കുന്നുണ്ടാവില്ല. അഥവാ എത്രനാൾ അങ്ങനെ കാത്തിരിക്കും? കണ്ണു നിറയുന്നു. ■

എന്റെ ഉമ്മറത്തമ്മ

എന്റച്ഛമ്മയെ ഞങ്ങൾ കുട്ടികളെല്ലാം വിളിച്ചിരുന്നതും പറഞ്ഞിരുന്നതും 'ഉമ്മാരത്തമ്മ' എന്ന് ഞങ്ങളുടെ സ്വന്തം ശൈലിയിലായിരുന്നു. പിൽക്കാലത്ത് വളരെ വൈകിയാണ് ഈ ചൊല്ലുവിളിയെ ഞാൻ സ്വയം വ്യാഖ്യാനിച്ചത്. ഉമ്മറത്തിരിക്കുന്ന അമ്മ. കേൾക്കുമ്പോൾ തോന്നാം. അവർ ചുമ്മാ ഉമ്മറത്ത് ഇരിക്കുന്ന ഒരു വീട്ടുകാരണവത്തി ആണെന്ന്. ആയിരുന്നില്ല! മാലൂർക്കുന്നിനു നെറുകയിലെ പറങ്കിമാവിൻകാട്ടിൽ നിന്ന് വെളുക്കാനേഴര നാഴികനേരം ശേഷിപ്പുള്ള സമയത്ത് അവർ നിശ്ചയമായും എഴുന്നേറ്റിരിക്കുന്നതു വെറുതെ ഉണർന്നുകിടക്കുന്ന ഞാൻ കാണും. ചീർപ്പിന്റെ ഉപയോഗം ഇല്ലാതെതന്നെ. നീളം കുറഞ്ഞ മുറ്റിയ സ്വന്തം തലമുടി അവർ മാടിയൊതുക്കും. ഭംഗിയായി കഴുത്തിനു പുറകെ കെട്ടിവയ്ക്കും. അവർ വെളുത്തു മേഘനിറമായ മുണ്ടുടുക്കും.

അരയ്ക്കുമേൽ ഒരു കറുത്തതോ ചാരനിറത്തിലുള്ളതോ ആയ രോമക്കോട്ടിടും. കൈയില്ലാത്ത ബനിയൻ. ഇത് ഞങ്ങളുടെ വല്യച്ഛൻ വയനാടൻ തണുപ്പിൽ നിന്ന് നേപ്പാളി നെയ്ത്തുകാരെ സഹായിക്കാനുദ്ദേശിച്ചും സ്വന്തം മാതാവിന്റെ ആരോഗ്യം നിലനിറുത്താനും ചെയ്തതാണെന്നു ഞങ്ങൾ നിരൂപിച്ചു. മാറിലൊരു നേര്യതു മാത്രം ചുറ്റി ശീലിച്ച അമ്മയെ 'നാഗരിക'യാക്കാനും ആണ് ഇങ്ങനെ ഒരു വേഷം. അവർ കുട്ടികളെ വല്ലപ്പോഴും ചെറുതായി ശകാരിച്ചിരുന്നത്, അന്തിവിളക്കിനു മുമ്പിലിരുന്ന് 'പഠിച്ചതു ചൊല്ലാതിരിക്കുമ്പോൾ' മാത്രം. അങ്ങനെ എഴുത്തുപള്ളിയിൽ വച്ച് മണലെഴുത്തും വായ്പ്പാട്ടും മാത്രം ശീലിച്ച ഞങ്ങളുടെ അച്ഛമ്മ ഞങ്ങൾ, ഒരുപറ്റം പേരക്കുട്ടികളുടെ എഴുത്തമ്മയായി.

ഞങ്ങൾക്കുവേണ്ടി അലിഖിതമായ ചില സൽക്കാര്യങ്ങൾ അവർ മെനഞ്ഞെടുത്തു. സന്ധ്യാദീപത്തിനു തിരികൊളുത്തിയാൽ അതിനു മുമ്പിൽ വിരിച്ച പുൽപായിൽ ഇരുന്ന് ആദ്യം ഈശ്വരനാമം ചൊല്ലണം, പിന്നെ 'ജോസഫ് ചെറുവത്തൂർ' എന്ന പേരുള്ള മാന്യവിജ്ഞാനിയുടെ കുഞ്ഞുപുസ്തകങ്ങളിലുള്ള എല്ലാ വചനങ്ങളും വാക്യങ്ങളും മുറപോലെ

ചൊല്ലണം. അങ്ങനെ ഞങ്ങൾ പലതരം ദൈവങ്ങളെ അക്ഷരങ്ങളിൽ തെളിഞ്ഞുകണ്ടു. ഇരിപ്പിലൊന്നു പിന്തിരിഞ്ഞുനോക്കുമ്പോൾ കാണാമായിരുന്നു നീണ്ടു വിസ്താരമുള്ള ഉമ്മറക്കോലായയുടെ പൂമുഖച്ചുമരിന്റെ ചുമലിലെ പോളക്കല്ലുനീളെ വെള്ളക്കുമ്മായത്തിന്റെ തേപ്പുവെളുപ്പിൽ വിരാജിക്കുന്ന, സുമുഖരും സുന്ദരീസുന്ദരന്മാരും ആയ അനവധി കാവ്യനാടകാദികളുടെ നടീനടന്മാരെ.

ശ്രീകൃഷ്ണൻ, പത്നീസമേതനായ വിഷ്ണു, മധുരമീനാക്ഷി, ശകുന്തള നാടകത്തിലെ യുവതീ-യുവാക്കളെ, കാലിൽ തറച്ച ദർഭമുള്ള് പറിക്കുന്ന ശകുന്തള, ഹംസദമയന്തി, സത്യവാൻ-സാവിത്രി, രാമലക്ഷ്മണ സീത, ജടായുപ്പക്ഷിയുടെ ചിറകരിയുന്ന രാവണൻ, രാവണരഥത്തിൽ ഭയചകിതയായിരിക്കുന്ന സീതാദേവി, പെരുംശരീരത്തോടെ ആഞ്ഞടിക്കുന്ന രാക്ഷസി, അമ്പും വില്ലുമായി സമീപിക്കുന്ന ശ്രീരാമനും മാരീചന്റെ മരണക്കാഴ്ചയും. ഇവരുടെ കൂടെ, പുഞ്ചിരിയോടെ കൈകൂപ്പി നിൽക്കുന്ന മഹാത്മാഗാന്ധി. ഉശിരനായ സുഭാഷ് ചന്ദ്രബോസ്, കീഴ്മയോടെ സന്ന്യാസിമാർ, വാലുനീണ്ട വാനരന്മാർ, കൂട്ടിലെ തത്ത, സേതു പണിയുന്ന വീരവാനരന്മാരും ഹനുമാനും. പണം ചൊരിയുന്ന കൈയോടെ സർവ്വാലംകൃതയായ ലക്ഷ്മീദേവി, വീണാപാണിയായ സരസ്വതി, വനവാസത്തിനിറങ്ങുന്ന രാമലക്ഷ്മണ സീതമാർ, ക്രൗര്യത്തോടെ അവരെ എതിരിടുന്ന താടകയും മറ്റു രാക്ഷസിമാരും.

പിന്നെയും ചിലർ, ദണ്ഡിയിലെ കടപ്പുറത്ത് ഉപ്പു കുറുക്കാനിറങ്ങിയ വെള്ള ഖദർധാരികൾ, എ.ആർ.പി. എന്ന സന്നദ്ധസൈന്യം, അവരുടെ കൂട്ടത്തിൽ മെലിഞ്ഞു വെളുത്ത കൃശാംഗനായ ഞങ്ങളുടെ സാമിപാപ്പനും.

ഇതിഹാസചരിത്രങ്ങളും സ്വാതന്ത്ര്യസമരവും മഹായുദ്ധകാലത്തെ പട്ടിണിയേയും പരിവട്ടത്തേയും ചെറുക്കുന്ന വെള്ള ഖദർധാരികൾ കൂടെ, വിപ്ലവകാരികളായ സ്റ്റാലിൻ, ലെനിൻ, എ.കെ.ജി., സഖാവ് കൃഷ്ണപിള്ള എന്നിവരും.

ചരിത്രവും ഇതിഹാസങ്ങളും വർത്തമാനവും ഭൂതവും മനുഷ്യരും വാനരപ്പടയും പക്ഷിമൃഗാദികളും കൂടിച്ചേർന്നൊരു പൂമുഖഭിത്തി, നയനമനോഹരം മാത്രമല്ല, കുട്ടികളിൽ അവൽ കുഴച്ചതുപോലെ ഒരുതരം മധുരപദാർത്ഥമായി ഈ കാഴ്ചപണ്ടങ്ങളെല്ലാം വിരാജിച്ചു. തറവാട്ടിലെ നാലു സഹോദരന്മാരുടെയും മൂന്നു സഹോദരിമാരുടെയും പലതരത്തിലുമുള്ള ആൺ-പെൺകുട്ടികൾ വിരാജിച്ച വിശാലമായ ഈ ഉമ്മറത്ത് ഒരേയൊരു, ചൂരൽ മെടഞ്ഞ, കൈവയ്ക്കാനും ആണുങ്ങൾക്ക് കാൽ നീട്ടി പാദം വിശ്രമിപ്പിക്കാനും സൗകര്യമുള്ളൊരു ഈട്ടിച്ചാരുകസേരയും പിന്നെ എൽ ഷെയ്പ്പിലുള്ള ഒരു ചാരുപടി, അതിന്റെ

മൂലയ്ക്ക് പടിമേൽ ഒരു അരത്തൂൺ. തൂണിന്റെ ഒരു ചെവിയിൽ തൂങ്ങുന്ന തടിയിൽ തീർത്ത ഒരു ഭസ്മക്കൂട്, അതേ തേക്കുതടിയിൽ തീർത്ത ഒരു കണ്ണിച്ചങ്ങല. വല്ലം മലമുകളിൽ നിന്നും സ്വതന്ത്രരായി പറന്നെത്തുന്ന കുരുവികൾക്കോ തത്തയ്ക്കോ കുടിയേറാനൊരു തുറന്ന പക്ഷിക്കൂട്.

ഈ ഉമ്മറത്തിന്റെ ഏകാധിപയായി ഞങ്ങളുടെ ഉമ്മാരത്തമ്മ വിരാജിച്ചു. പേരക്കുട്ടികളും അല്ലാത്ത അയൽപക്കസന്തതികളും അവർക്ക് തുല്യപ്രജകൾ. തെറ്റു കാണിച്ചാൽ ഒരേ തരത്തിൽ ഗുണദോഷവിചാരം. മറ്റെല്ലാവർക്കും അവർ മുത്താച്ചി. ഞങ്ങൾക്കു മാത്രം ഉമ്മറത്തമ്മ.

മുത്തശ്ശി ഞങ്ങളെ ഒന്നും ചൊല്ലിപ്പഠിപ്പിച്ചിട്ടില്ല. തനിയെയിരുന്നു പാടും. വടക്കൻപാട്ട്, രാമായണകഥ, പുരാണകഥകൾ പലത്. ഉണർന്നിരിക്കുന്ന ഓരോ നിമിഷവും മനുഷ്യൻ പണിയെടുക്കണം എന്ന പാഠം ഞങ്ങളെ പഠിപ്പിച്ചത്, ഞങ്ങളറിയാതെ തന്നെ അവരാണ്. അന്നും ഇന്നും ഏഴരപ്പുലർച്ചയ്ക്ക് എണീറ്റു ദേഹശുദ്ധി വരുത്തി വിളക്കു കൊളുത്താൻ ശീലിപ്പിച്ചത് അവരാണ്. വിളക്കു തേച്ചു വെളുപ്പിക്കുക, വാൽക്കിണ്ടിയിൽ ശുദ്ധജലം നിറച്ചുവയ്ക്കുക, കർക്കടകത്തിൽ കഴുകി കുറി വരച്ച പലകയിൽ തുളസിപ്പൂവ് കുഞ്ഞുചേമ്പിലയിൽ ഇറുത്തുവയ്ക്കുക, വെളിച്ചായാൽ ചങ്ങലവിളക്കിലെ തിരിതാഴ്ത്തി വിളക്ക് മുതിർന്നവരെക്കൊണ്ടു താഴെ വാങ്ങി വയ്പ്പിച്ചു. എടുത്ത് അകത്തെ മുറിയിൽ തൂക്കുക ഇത്യാദി ദിനകർമ്മങ്ങൾ ഞാനറിയാതെ അവർ എന്നെ ഏല്പിച്ചു. മറ്റൊരു ജോലിയും കൂടി, മാസത്തിലൊരിക്കൽ 'കാരണവർക്കു കൊടുക്കുന്ന' ദിവസം എത്തുമ്പോൾ ഓരോ കെട്ട് പരുത്തിത്തുണി തെറുത്ത തിരി സംഭരിച്ചുവയ്ക്കുക, പിന്നെ പാഠം പഠിച്ചോളുക.

സ്വന്തം അനുഭവങ്ങളിൽ നിന്നാവാം അവർ സിദ്ധാന്തിച്ചു, കുട്ടികൾ കണിശമായി എഴുത്തുപള്ളീൽ പോകണം. അതിനു ചില്ലറ ദീനങ്ങൾ അഭിനയിച്ചു വിടുതി നൽകാൻ അവർ അനുവദിച്ചില്ല. ആഴ്ചയിലൊരു ഉച്ചതിരിഞ്ഞാൽ, എന്നെ കൈപിടിച്ച് അവർ കുന്നുമ്പുറത്തെ ചരൽ പിറുപിറുക്കുന്ന ഇടുങ്ങിയ ആഴം കൂടിയ ഇടവഴികൾ താണ്ടി. അയൽപക്കസൗഖ്യം അറിയൽ. അതിൽ നാനാജാതി ഭേദങ്ങളെ ഉൾപ്പെടുത്തും. അവരുടെ മുറ്റത്തോ, കവിഞ്ഞാൽ ഉമ്മറത്തോ കേറും. മടിയിൽ തിരുകിവച്ച, അഥവാ ഒരു തുണിസഞ്ചിയിൽ തൂക്കിയ വയനാടൻ പഴങ്ങളോ, വീട്ടുവളപ്പിലെ മാമ്പഴമോ, പേരയ്ക്കയോ, ഉറുമാമ്പഴമോ കൂട്ടത്തിലെടുക്കും. ഒരിടത്തു നിന്നുപോലും അവർ ആഹാരമോ ജലമോ കഴിച്ചില്ല. മധുരമധുരമായ ഭാഷണം മാത്രം. കനിവോടെ കേൾക്കൽ, ആരായൽ.

കുട്ടിയുടെ പഠിപ്പ് കഴിഞ്ഞോ? മക്കളുടെ കല്യാണാലോചന ശരിയായോ? ആങ്കുട്ടികളെ തീവണ്ടി കേറാൻ, അലയാൻ വിടരുത് എന്നിങ്ങനെ. രോഗബാധിതരെ കാണാൻ പോകുമ്പോൾ അവർ ഞങ്ങളെ തുണ കൂട്ടിയില്ല. ആരെങ്കിലും മരിക്കാൻ കാത്തുകിടക്കുമ്പോഴും. ഒരിക്കലും അവർ രോഗം ബാധിച്ച് കിടന്നില്ല. ജീവിതത്തിൽ രണ്ടു രോഗങ്ങൾ അവരെ കീഴ്പ്പെടുത്താനെത്തി. കോളറ.

ചെറിയ മകൻ സാമിമാഷ്, സന്നദ്ധസേനയിൽ ചേർന്നത് അവർ കണ്ടു. മിണ്ടിയില്ല. 'കരുതി നടക്കണം മോനേ' എന്നൊരു വാചകം മാത്രം. വീടും മുറ്റവും ആലയുമെല്ലാം വെടിപ്പാക്കാൻ വേലക്കാരിക്കു നിർദ്ദേശം നൽകി. ചാണകം കലക്കിയ ചിരട്ടകൾ വീടിന്റെ പുറംചുറ്റിലും വിട്ടുവിട്ട് വിന്യസിച്ചു. വീട്ടകത്തും പുറത്തും സാമ്പ്രാണി പുകച്ചു.

അപ്പോൾ, അച്ഛമ്മയെ ചെകുത്താൻ ഈറയോടെ കടന്നുപിടിക്കുന്നു. വീട്ടുകാരും പരിസരവാസികളും ഒന്നടങ്കം ഞെട്ടി. രോഗം വന്നിരിക്കുന്നത്, കൈപിടിച്ചത് വീട്ടിൽ അരോഗയായിരുന്ന മുത്തശ്ശിയെ. പകൽ ഉച്ചതിരിയുന്ന നേരത്ത് പുറത്തെ പണികളെല്ലാം കഴിഞ്ഞ്, അവർ നേരിയ ചൂടുവെള്ളത്തിൽ കുളിക്കും. അതിനുമുമ്പ് മെയ്യാകെ മെഴുക്കും കുഴമ്പും പുരട്ടി പറമ്പിൽ മേലുകീഴ് കേറിയിറങ്ങി നടക്കും. ഉണക്കത്തേങ്ങയും മാമ്പഴവും പെറുക്കി ഓരോരോ ഇടത്ത് ശേഖരിച്ചുകൂട്ടും. ഉണക്കവിറക് വിസ്തൃതമായൊരു ഇടത്ത് കൂനകൂട്ടും. കാലിത്തീറ്റ തൊഴുത്തിലില്ലേ എന്നു പരിശോധിക്കും. കറവപ്പയ്യിനും കന്നുകൾക്കും വെള്ളം നിറയ്ക്കാൻ പണിക്കാർക്ക് കല്പന നൽകും. പിന്നെയാണ് കാച്ചിയ വെള്ളത്തിൽ വാതംകൊല്ലിയിലയിട്ടു വാട്ടിയ കുളി. നൂറുപോലെ വെളുത്ത മുണ്ടും കരിമ്പടക്കുപ്പായവും ധരിക്കും. പിന്നെ ആളൊഴിഞ്ഞ വിശാലമായ ഊൺതളത്തിൽ, വലിയൊരു മേശയുടറ്റത്ത്, തേച്ചു സ്വർണ്ണമഞ്ചിയ കിണ്ണത്തിൽ മരുമകൾ, ഞങ്ങളുടെ മാളുവല്യമ്മ, ചുടുക്കനെ വിളമ്പിവച്ച, അല്പം ചോറിൽ കടുമാങ്ങയും മുരിങ്ങയിലക്കറിയും കൂട്ടി, നന്നായി കുഴച്ചു മെരുക്കിയ ഉരുളകൾ ഈശ്വരനാമത്തോടെ ആദ്യവായിൽ അർപ്പിക്കും.

അവർ ഒരു നാരായണഭക്തയായിരുന്നു.

വർത്തമാനത്തിന്റെ പരിസമാപ്തി എപ്പോഴും 'നാരായണ' വാക്യത്തിൽ. പരമഭക്ത. ഇളയമകൻ തനിക്കമ്മ്യൂണിസ്റ്റായി വളർന്നതിൽ അവരൊരു എതിരും ചൊല്ലിയില്ല. അവർ പകർച്ചവ്യാധികാലത്ത് ജനങ്ങൾക്കിടയിൽ ആരോഗ്യപാഠവും മരുന്നും വിതരണം ചെയ്യുന്നു. മനുഷ്യരോടും മൃഗങ്ങളോടും ഇണക്കമുള്ളവൻ, നല്ല വാക്ക് മാത്രം ഉച്ചരിക്കുന്ന, തൂവെള്ള വസ്ത്രം ധരിക്കുന്ന ഇളയ സന്തതി.

ദൈവമില്ല എന്നു പറയില്ലെങ്കിലും അമ്പലത്തിൽ പോവില്ല.

അമ്മേ, എന്ന നല്ല വാക്കു മതി എനിക്ക്.

ഈ മകനും മറ്റെല്ലാവരും കോളറ ബാധിച്ച അമ്മയെ വളഞ്ഞിരുന്നു നേരം വെളുക്കുംവരെ ഉറക്കമൊഴിച്ചു. കിഴി ചൂടാക്കി മുത്തശ്ശിയുടെ പാദങ്ങൾ തണുപ്പുതീണ്ടാതെ സംരക്ഷിച്ചു. അടുപ്പിൽ അന്തി വെളുക്കും വരെ തീയെരിഞ്ഞു.

പുലരുന്നേരം ഒരു സ്വപ്നം കണ്ടുണരുന്ന സൗമ്യദീപ്തിയോടെ അവർ കരിമ്പടം വിരിച്ച മെത്തയിൽ എണീറ്റിരിക്കുന്നു.

നടപ്പുദീനം. അതായത് കോളറ, ഏതുവഴിക്ക് പോയി?

എനിക്ക് ക്ഷേത്രദർശനപരിചയം ലഭിച്ചത് സദാ 'നാരായണ'പദം ഉച്ചരിക്കുന്ന ഈ മഹതിയിൽ നിന്നാണ്. വർഷംതോറും അവർ തീർത്ഥാടനത്തിനു സംഘം ചേർന്നു പോകുമായിരുന്നു. കുറ്റഞ്ചേരി ക്ഷേത്രം അയൽപക്കക്കുന്നിൻ ചെരിവിലാണ്. അവിടെ ക്ഷേത്രക്കുളത്തിനു സമീപം തിരുമുറ്റത്തു നിന്നിരുന്ന ഇലഞ്ഞിപ്പൂക്കൾ ഇരുകൈയിലും വാരിയെടുത്തു ചുംബിച്ചു ഞാൻ പൂർണ്ണതൃപ്തയായി ലോകത്തിലിറങ്ങി. എന്റെ സ്വന്തം എഴുത്തിലേക്ക്.

■

പരുന്ത്

ചെറിയോർ വരുന്ന ദിവസം പട്ടണത്തിലെ 'വലിയ' സ്കൂൾ തുറക്കുന്ന ദിവസം, മറ്റന്നാളാണ്. തിങ്കളാഴ്ച. അത് 'സാധാരണ' സ്കൂളുകൾ തുറക്കുന്നതിന് ഒരാഴ്ച മുമ്പാണെന്ന് ചല്ലിക്ക് അറിയാം. ചെറിയോരുടെ 'വക'യായി ചല്ലിക്ക് നാല് സന്തതികൾ. മണിമണിപോലെ നാലിനും ചെറിയോരുടെ തനിച്ഛായ.

ചല്ലി, വൈകുന്നേരം പതിവിനും മുമ്പ്, സൂര്യൻ അസ്തമിക്കുന്നതിനുമുമ്പുതന്നെ കാട്ടുചോലയിൽ കുളിച്ചു. ഉടുതുണിയും വീട്ടിനകത്തെ സർവ്വ തുണികളും അലക്കി, ചോലവക്കിലെ ഉയർന്ന പാറപ്പുറത്ത് വിരിച്ചുണക്കി. പൊന്തയിൽ അപ്പോൾ വിരിഞ്ഞ കാട്ടുപിച്ചകത്തിന്റെ ഒരു പൂങ്കുല പൊട്ടിച്ച്, ഏതാണ്ടുണങ്ങിയ മുടിക്കെട്ടിൽ തിരുകിവെച്ചു. ഉറപ്പിന് കഴിഞ്ഞാഴ്ച അമ്പലനടയിലെ പലവക കടയിൽ നിന്ന് മേടിച്ച ഒരു മുടിപ്പിന്നിൻ ചന്തം രസിച്ചു കണ്ടു. പിന്നെ ഒതുക്കമില്ലാത്ത സ്പ്രിങ് മുടിക്കെട്ടിനെ ഒന്നു കൂടി ഉറപ്പിച്ചു.

ചുറ്റുമുള്ള കുടികളിൽനിന്ന് പെണ്ണുങ്ങൾ ഇടംകണ്ണും തുറുകണ്ണും തുറന്ന് എത്തിനോക്കുന്നു. അവൾക്കറിയാം അവര്ടെ ഒരു ഏനക്കേട്. അസൂയ. ചല്ലിയുടെ കെട്ടാതെ കെട്ടിയോന്റെ ആകാരസൗഭാഗ്യം, പെരുംപറയുടെ ഒച്ച, ഇതെല്ലാം അവളുടെ സന്തതികളുടെ അപ്പനെ അസൂയാപാത്രമാക്കുന്നുണ്ട്. തനിക്കെന്താ? അവര് കണ്ടു മിണ്ടാണ്ടെ ഇരുന്നോട്ടെ.

ചല്ലിയുടെ നെഞ്ചിടിപ്പ് അവരറിയുന്നില്ല. അവളുടെ നാലാമത്തെയും അവസാനത്തെയും സന്തതിയെ റാഞ്ചാനാണ് ഈ ദിനത്തിൽ അയാൾ, ചെറിയോർ വരുന്നത്.

ഒരു വെളുത്ത വാൻ, പുഞ്ചപ്പാടത്തിന്നക്കരെ കൊന്നച്ചോട്ടിൽ വന്നുനിൽക്കുന്നു. മുക്കുറ ഇടുന്നു. ചല്ലി കിടിലത്തോടെ ഒന്ന് നോക്കി. അകക്കാമ്പിൽ ഒരു നെടുവീർപ്പ് ഉരുണ്ടുകൂടി. അത് പുറത്തേക്ക് തെറിക്കാത്തതെന്ത്? ചല്ലിയുടെ അപ്പനുമമ്മയും ഇളയതുങ്ങളും അക്കരെക്കുടിയിൽ തന്റെ പിറന്ന വീട്ടിൽ നിന്ന് എത്തിനോക്കുന്നുണ്ടാവും. എന്നാലും ഇറങ്ങി വരില്ല. മുഖം തരില്ല.

ചെറിയോരുടെ കെട്ടാത്ത ഭാര്യയായി അവൾ ഈ കുമ്മായം തേച്ച ഓടും ഒരു മുറിക്കുമാത്രം മച്ചും ഉള്ള വീട്ടിൽ എന്നും തനിച്ചായിരുന്നു. ഗ്രാമക്കുടിലുകളിൽ കൊട്ടും തുടിപ്പാട്ടും ഉയരുന്നു. മീനമാസസന്ധ്യ ഒരിക്കൽ കൂടി എരിഞ്ഞടങ്ങുന്നു. കാറ്റ് മനം തണുത്തു. അലസമായി അടിയാക്കുടിലുകളിലൂടെ സന്ധ്യയ്ക്കുള്ള സവാരി തണുപ്പിച്ചടങ്ങുന്നു.

വെളുത്ത വണ്ടിയിൽനിന്ന് ഇറങ്ങിവരുന്ന ആൾരൂപം, കുന്നിൻചോട്ടിലെത്തി. അയാളിപ്പോൾ ഒറ്റയടിപ്പാത നടന്നുകേറുകയാണ്. അനങ്ങാതെ ഒരു വെറും കാണിയായി നിൽക്കുന്ന പടിക്കലെ പുളിഞ്ചോട്ടിൽ അയാൾ ഒരു ചിറകുകൂമ്പിയ തടിച്ച കൊറ്റിയെപ്പോലെ അവതരിക്കുന്നു.

ഒരൊറ്റ മിന്നൽ, ഇടിവെട്ട്.

''ചല്ലീ...''

''ഞാനീടെണ്ട്.''

''മോളോ?''

''പുറപ്പെട്ട് നിക്ക്ണു. പൊട്ടുതൊടുകയാണ്. സ്കൂളിൽ ഉയർന്ന പഠിപ്പിന് പോവുന്നു. ഒരു പൊട്ടുതൊട്ടു വിരുന്നിനു പോകുകയല്ല.''

''ഇതെന്തപ്പാ? ഓളൊരു പെങ്കുട്ട്യല്ലേ?''

''അത് പഠിപ്പ് കഴിയുമ്പഴ്.''

ചല്ലി ഒരു കരയുന്ന പുഞ്ചിരിയായി നിലാവിറങ്ങിയ മുറ്റത്ത് നിന്നേടത്തുനിന്നു. അനങ്ങിയില്ല എന്നല്ല മിണ്ടിയുമില്ല. അവളുടെ ദുഃഖമെല്ലാം ഒരു ഇളംചൂടുള്ള ചെറുകാറ്റായി കുടിലിന് ചുറ്റും നടക്കുന്നു; കാവൽക്കാരനെപ്പോലെ.

അയാൾ അടുത്തെത്തി. ചുമലിൽ കൈ വെച്ചു. രണ്ടടി പുറകോട്ടു വെച്ച് അവൾ ഉറക്കെച്ചോദിച്ചു:

''എന്റെ മൂന്നു മക്കളെവിടെ?''

''അതാപ്പഴ് നന്നായത്. അവര് ദില്ലീല് പഠിക്ക്യേല്ലേ. ഒരാളെ ഞാൻ ഈ ഗ്രാമത്തിന്റെ ആദ്യ ഡോക്ടറാക്കും. ഒരൊറ്റ ആൺതരി.''

''മഴപെയ്താ ഒഴുകിപ്പോവൂലേ?''

''ഇല്ല. പട്ടണത്തിലെ പ്രമാണിമാരെ ചികിത്സിക്കും. നീ കരുതുമ്പോലെ ഒരു പഞ്ചായത്ത് കമ്പോണ്ടരോ മരുന്നുകൊടുപ്പുകാരനോ.''

''മിണ്ടണ്ട. ഞാനൊക്കെ ഈടെത്തന്നെ മൊളച്ചുവളന്നതാ. ഒരു ഉസുക്കൂളിലും പോയിട്ടില്ല. എനക്കെന്തൊ കൊറവുള്ളത്? ഇങ്ങളയയ്ക്ക്ണ കാശിന്റെ കണക്കെഴുതാമ്പടിച്ചില്ലേ?''

''നിനക്കൊരു കത്തെഴുതാനറിയോ? എനിക്കു കിട്ടാൻ?''

''അതിന്റെ കൊറവെന്താണിപ്പം?''

‘‘മക്കളിൽ അവസാനത്തനെ റാഞ്ചാനല്ലേ ഇപ്പ വരത്ത്?’’

ചെറിയോർ, ഒരു പലഹാരപ്പൊതിയും ഒരു പൂമാലത്തുണ്ടും അവൾക്ക് നേരെ നീട്ടി. ചന്തപ്പടിക്കന്ന് മേടിച്ചതാണെന്ന് പറഞ്ഞു.

‘‘മോക്ക് കൊടുത്തേക്ക്.’’

‘‘അവൾക്ക് കൊടുക്കാൻ പുസ്തകങ്ങളും ഫീസും ഉണ്ട്.’’

‘‘അതെനിക്കറിയാം.’’

ചല്ലി മൂകയായി.

തേച്ചുമിനുക്കിയ കമ്പിറാന്തൽ നല്ല പ്രകാശം പരത്തി കുടിലിനെ സുഖിപ്പിച്ചു.

ചുമരിൽ തൂങ്ങിയാടുന്ന പാവം ഇലക്ട്രിക് ബൾബ് വിഷണ്ണനായി ചുവന്ന കമ്പിവെളിച്ചം തൂറ്റി.

‘‘വലിച്ച് കളേണം ഇത്തരം ബൾബും വയറുമെല്ലാം. ഈ കുഗ്രാമത്തിന്ന് വിളക്കുംകാല് നാട്ടിയാ ലൈറ്റും പത്രാസും ആയീന്നാ. വെറ്തെയാ നരയനെ ഇരുട്ടിലെ ആന ചവിട്ടി അവലാക്കിയത്.’’

‘‘ചല്ലീ, നീയിന്ന് ഒരുമ്പെട്ടോളായിരിക്ക്യാ. മക്കള് പഠിച്ചു ഉദ്യോഗസ്ഥരായാ ആർക്കാ ഗുണം? എനക്കോ നിനക്കോ?’’

അപ്പോൾ ചല്ലി കരച്ചിലടക്കാൻ മൂലയിലെ ഇരുട്ടിൽ പതിഞ്ഞു.

മുറ്റത്തെ ചമ്പകമരത്തിൽ ഒറ്റപ്പൂവ് വിരിഞ്ഞു സുഗന്ധം പരന്നു. അത് അവരെ നിശ്ശബ്ദരാക്കി.

പെൺകുട്ടി ചന്തം ചാർത്തി. അച്ഛൻ സമ്മാനിച്ച നേർത്ത പൊൻമാല അണിഞ്ഞു.

‘‘വേണ്ട കുട്ട്യേ, അതമ്മടട്ത്ത് കൊടുത്തേ. പൊൻപണ്ടം ചാർത്തി നടക്കേണ്ട ഒരിടമല്ല പട്ടണം. അച്ഛൻ അവൾക്ക് ചന്തമേറിയ ഒരു കല്ലുമാല നല്കി. ഇതു കെട്ടിക്കോ. നെണക്ക് നന്നായിച്ചേരും.’’

പെൺകുട്ടി ചിരിച്ചു.

‘‘അമ്മാ, എറങ്ങട്ടെ.’’

‘‘അതിനല്ലേ ഒരുങ്ങ്യേത്, പൊക്കോ.’’

‘‘അമ്മ അരിവയ്ക്ക്യേം കഞ്ഞികുടിക്ക്യേം ചെയ്യണം.’’

‘‘അതിനേക്കാ നല്ലത് കാട്ട്ന്ന് കിട്ട്ണ കെഴങ്ങുംവേരും എലേം തിന്ന് കഴിയായ്ര്ന്നു.’’

മകളുടെ ചെറിയ തോൽപ്പെട്ടി, അച്ഛൻ കയ്യിൽപ്പിടിച്ചു മുമ്പെ വഴി കാണിക്കുന്നു.

‘‘ഇരുട്ടത്ത് തടഞ്ഞുവീഴണ്ട. ചെരിപ്പഴിച്ച് കയ്യില് വച്ചോ.’’

പെൺകുട്ടി ചിരിക്കുന്നു.

''അച്ഛൻ എനിക്കിവിടെ സ്കൂളിൽ പോകും മുമ്പുതന്നെ ചെരിപ്പ് മേടിച്ചത് എനക്കോർമ്മേണ്ട്.''

''അതുമതി. അതുമാത്രം മതി. നിന്റെ മുത്തശ്ശി മരിച്ചു.''

''കാണാൻ വരണം വരണംന്ന് പറഞ്ഞ് എന്റമ്മ കരഞ്ഞോർന്ന്. ആരുണ്ട് കൊണ്ടോവാൻ.''

അച്ഛൻ മൗനം.

അയാൾ തിരിച്ചുവരില്ലെന്ന് ഒരു ഞെട്ടലോടെ ചല്ലി ഓർത്തു.

ഇരുട്ട് താഴ്‌വരയെ മായ്ക്കാൻ തുടങ്ങി.

■

കാന്തിമതിയുടെ മകൾ

കഴിഞ്ഞൊരു ദിവസം ഒരു വിവാഹവേദിയുടെ കീഴെ വെച്ച് അതിഥി ക്കൂട്ടത്തിനിടയിലൂടെ ഒരു പെൺകുട്ടി തുളച്ചെത്തി എന്നെ ചുറ്റിപ്പിടിച്ചു.

''ചേച്ചീ...''

ഒരു യുവതി. വിവാഹിതയാണെന്നു വേഷഭൂഷകൾ പറഞ്ഞു. കഴു ത്തിൽ താലി. വേഷം സാരി. കസവുസാരി. കൈനിറയെ പൊൻവള കൾ. അവളോടൊപ്പം അവളുടെ പണ്ടങ്ങൾ കൊഞ്ചിക്കുഴയുന്നു. പിന്നെ സൂര്യനുദിച്ചുനിന്ന് കൺകൾ മേഘത്താൽ മറയുന്നു. കൂടെ നിൽക്കുന്ന ഒരു നവയുവാവ് പറയുന്നു,

''ചേച്ചീ, മുമ്പ് അറിഞ്ഞിരുന്നെങ്കിൽ തീർച്ചയായും ഞങ്ങളുടെ വിവാഹത്തിനു ക്ഷണിക്കുമായിരുന്നു.''

ക്ഷണമില്ലാതെ കണ്ടെത്തുന്നത് അതിലും സന്തോഷകരം.

പെൺകുട്ടി എന്റെ വിദ്യാർത്ഥിയോ? എവിടെയോ എന്നോ മറ ന്നൊരു മുഖച്ഛായ. കവിളിലെ നുണക്കുഴി. മാന്തളിരുപോലെ ചുവന്ന ചുണ്ടുകൾ. കണ്ണിൽ കളിയാട്ടം. പൊടുന്നനെ ഞാനും അവളും ഒരു നീന്തൽക്കുളത്തിൽ അകപ്പെട്ടു. തറവാട്ടുവക ഒരു നീന്തൽക്കുളം. എന്നേക്കാൾ പ്രായം കുറഞ്ഞ ഒരു പെൺകുട്ടി എന്നെ നീന്തൽ പഠി പ്പിക്കാനുള്ള ശ്രമത്തിൽ. എന്റെ ജലഭയത്തിന് ഒരു ശമനവും ഇല്ല. നനയാതെന്തു നീന്തൽ.

കൽപ്പടവുകൾ കേറി, കുളത്തിനു വക്കിൽ പെണ്ണിനും ആണിനും വെവ്വേറെ പണിതിരിക്കുന്ന കുളിമുറി. തുണിമാറ്റ മുറിയിൽക്കേറി ഞങ്ങൾ വസ്ത്രം മാറി. പുറകിലെച്ചുമരിൽ പുള്ളികുത്തിയ ഒരു കണ്ണാടി! ഞങ്ങ ളുടെ അച്ഛമ്മയുടെ തറവാട്ടിലൊരു മുത്തച്ഛന്റെ നാമവിലാസങ്ങൾ കൊത്തിവെച്ചിരിക്കുന്ന മാർബിൾ ഫലകം. അച്ഛമ്മയുടെ കാരണവരുടെ നാമധേയം. മണ്ണത്തുകണ്ടി.....ന്റെ ഷഷ്ഠിപൂർത്തി സ്മരണയ്ക്ക് പണിത കുളത്തിൽ അപ്പോഴും വേനൽക്കാല കിളികൾ പോലെ അവധിക്കാലത്തെ

കുട്ടികൾ കുളിച്ചു മദിക്കുന്നു. ഇച്ചിത്രം മാഞ്ഞുപോകും മുമ്പ് പെൺകുട്ടി പറഞ്ഞു,

''ഞാൻ കാന്തിമതിയുടെ മകളാണ്.''

എനിക്കൊരു ശ്വാസം നഷ്ടമായി.

കാന്തിമതി എന്റെ അയൽക്കാരി. നോർത്തിന്ത്യൻ മുഖച്ഛായയും നല്ല ഉയരവുമുള്ള ഈ നവയുവതി കുട്ടി...

''അതേന്ന്.'' ശുദ്ധ മലയാളം.

കാന്തിമതി എന്റെ കുളത്തിലൂടെ ഊളിയിട്ടു.

അവൾ ഒരു വിജയിയുടെ ചിരിയോടെ പടവുകൾക്കെതിരെ പടവില്ലാ ഭിത്തിയിലെ, സ്മാരകശില പൊത്തിപ്പിടിച്ചു നിന്നു മന്ദസ്മിതം തൂവുന്നു. ഈ പുഞ്ചിരിയാണ് അവൾക്ക് ജീവിതവിജയം നേടിക്കൊടുത്തതെന്ന് എന്റെ വിചാരം കുളമീൻ ആയി കുത്തനെ ഉയർന്നു താഴുന്നു. ജലപ്പച്ചയുടെ ഇതളുകളിൽ കാറ്റ് വീശുന്നു.

എന്റെ ശിരസ്സിലൂടെ ഒരു ദീർഘദൂര ട്രെയിൻ കൂകിവിളിച്ചു പാഞ്ഞുപോകുന്നു. അതൊരു വിജയകാഹളം മുഴക്കുകയാണ്. കാന്തിമതിയുടെ ആദ്യയാത്ര. ജീവിതത്തിലാദ്യമായി കോഴിക്കോടിന്റെ പരിസരത്തെ ഞങ്ങളുടെ ഗ്രാമം വിട്ടു പോവുകയാണ് ട്രെയിൻ. മെയിൽ വണ്ടി. അവൾക്ക് 'പാടലീപുത്രം' എന്ന പേരുള്ള ഗംഗാതീരത്തെ മഹാനഗരത്തിലെത്തണം. മൂന്നു ദിനയാത്ര. അന്ന് ദൂരങ്ങൾക്ക് നീളം കൂടുതലാണ്.

കാന്തിമതി എട്ടാംക്ലാസ് കഴിഞ്ഞ്, പകലുകളിൽ എന്റമ്മയുടെ ഒഴിവുനേരത്തിനു പകിട്ടു പകർന്നുകൊണ്ടിരിക്കും കാലം. ഞാൻ ടീച്ചറായി, പത്താം ക്ലാസ് പൊതുപരീക്ഷയുടെ ചോദ്യോത്തരങ്ങളിൽ ഒരു തപസ്സിൽ അകപ്പെട്ടിരിക്കുന്നു. ഒരു കുന്ന് ഉത്തരക്കടലാസ് വേണ്ടപ്പെട്ട ആപ്പീസിൽ നിന്ന് കരുണയർത്ഥിച്ച് അയച്ചുതന്നിട്ടുണ്ട്. തെക്കൻ പ്രദേശങ്ങളിലെ കുഞ്ഞുങ്ങളുടെ വിധികർത്താവാകേണ്ടായിരുന്നു എന്നു തോന്നിയ അറുമുഷിപ്പൻ മണിക്കൂറുകൾ. അതിനിടയ്ക്കാണ് കാന്തിമതി അവധിയിൽ എത്തുന്നത്.

കാന്തിമതി പാറ്റ്ണയിലെത്താൻ വഴിയൊരുക്കിയത് ഞാനും ചേർന്നാണല്ലോ.

എട്ടാം ക്ലാസും പിന്നെ പത്താം ക്ലാസും ജയിച്ച കാന്തിമതിക്ക് ഒരു തൊഴിൽ വേണമായിരുന്നു. ജന്മിയുടെ തേങ്ങാപ്പുരയിൽ കാവലാളുകളുടെ സ്ഥാനത്ത് ഒരു ചെറിയ ഭവനത്തിലായിരുന്നു അവളും മാതാപിതാക്കളും നിരയൊപ്പിച്ചു ആറു സഹോദരങ്ങളും ജീവിക്കുന്നത്. അവൾ എന്നോട് പറഞ്ഞു.

തേങ്ങാക്കൂട്ടിൽ, തലയ്ക്ക് മേലെയും ഉള്ളിലുമായി പരക്കം പായുന്ന എലികളാണിപ്പോൾ എന്റെ കൂട്ടുകാർ. ഓടിപ്പോയി എവിടെയെങ്കിലും ഒരു ജോലി ചെയ്ത് ജീവിക്കണം. എനിക്കല്ല എന്റെ അച്ഛനമ്മമാർക്കും ഇളയവർക്കും വേണ്ടി.

പതിനാറിലേക്ക് കടക്കുന്ന ഒരു ഗ്രാമീണപെൺകുട്ടിയുടെ മോഹമെങ്ങനെ നിറവേറും? ഡിഗ്രിക്കാർ ആകാശം നോക്കി പട്ടണവീഥികളും വിള വില്ലാത്ത വയലുകൾ നോക്കി ഗ്രാമങ്ങളിലും തേരാപ്പാരാ നടക്കുന്ന ഒരു കാലമായിരുന്നു. റേഷനരി വിശപ്പാറ്റുന്നതിനു പകരം, പാവങ്ങളുടെ ആമാശയങ്ങളെ കുത്തിനോവിച്ചിരുന്നു. അരി മുറത്തിൽ നിന്നു പുറപ്പെട്ടു പോകുന്നു, ജന്മദേശത്തേക്ക് പുഴുക്കൾ. ആന്ധ്രയുടെ തടപ്രദേശങ്ങൾ ലക്ഷ്യംവെച്ചുകൊണ്ട്. ചരക്കല്ല് വിളയുന്ന ഈ ഗ്രാമപ്രദേശത്ത് അവർക്ക് പൊറുതി വിധിച്ചിട്ടില്ല.

പച്ചരിച്ചോറിന്റെ ഗന്ധംപോലും കൂടുതലംഗങ്ങളുള്ള സാധാരണക്കാരുടെ കുട്ടികൾക്ക് അന്യമായിരുന്നു.

എന്നാലും കാന്തിമതി, നിത്യേന ഉച്ചമയക്കവേളയിൽ എന്റമ്മയുടെ ഒഴിവു നികത്താനും വാക്ക് പറയാനുമായി എത്തി. ഞാൻ വേനൽപ്പരീക്ഷയുടെ കുഞ്ഞുകുന്നുകൾ കേറിമറിയാൻ ശ്രമിച്ചു. അപ്പോൾ, ഞാൻ ഇടവേളയ്ക്ക് ദിനപ്പത്രം എടുത്തു വിടർത്തി. ഒരു വായന കഴിഞ്ഞ് അമ്മയത് മടക്കി എന്റെ പരീക്ഷകൾക്കിടയിൽ തുരുകിവെച്ചിരുന്നു.

ഒരു പുതിയ ജോലിയിലേർപ്പെടുന്ന ലാഘവത്തോടെ പത്താം ക്ലാസിലെ പാഠം മറന്നിട്ടില്ലാത്ത കാന്തിമതി എന്റെ ഇടതുവശത്ത് വന്നിരുന്നു. ഞാൻ മാർക്കിട്ടു മാറ്റിവെച്ച ഓരോ വിദ്യാർത്ഥിയുടേയും ജാതകം മറിച്ചുനോക്കി.

തെറ്റുണ്ട്?

എന്ത്?

''ചിലതിനു കാൽമാർക്ക് കൂട്ടിക്കൊടുക്കണം. ചിലതിന് അര കുറയ്ക്കണം.''

ടീച്ചറായി രണ്ടു വർഷം ജോലി ചെയ്ത ഞാൻ അവളെ അത്ഭുതത്തോടെ നോക്കി. കാന്തിമതി പത്താം ക്ലാസ് പൂരിപ്പിക്കും മുമ്പ് സ്കൂൾപ്പടി ഇറങ്ങിപ്പോന്നവളാണ്. പരീക്ഷാഫീസ് അടയ്ക്കാത്തതിനാൽ എഴുതിയില്ലെന്ന് ഞാനറിഞ്ഞിരുന്നേയില്ല. അതു പറയാൻ അവൾ ശ്രമിച്ചില്ല.

നിത്യേന പത്രത്താളിന്റെ പരസ്യപ്പേജ് നോക്കുന്ന പതിവുണ്ടായിരുന്നെനിക്ക്.

എന്റെ തലയ്ക്കകത്ത് ഒരു മിന്നൽപ്പിണരുണർന്നു പുളഞ്ഞു.

‘‘കാന്തി, ഞാനൊരു കാര്യം കണ്ടിട്ടുണ്ട്.’’

എവിടെ? എന്ത്?

‘‘ഒരു പരസ്യം.’’

‘‘എന്തിന്റെ?’’ കാന്തി പെട്ടെന്ന് ചോദിച്ചു.

‘‘രണ്ടാം പേജിൽ. പത്രം അമ്മയ്ക്കൊപ്പം നെഞ്ചിലിരുന്ന് ഉറങ്ങുന്നുണ്ടാവും.’’

അവൾ കോണിയിറങ്ങിപ്പോയി. ഒരു നിമിഷനേരം കൊണ്ട് എന്റെ മുറിയിലെത്തി.

ഒരിഞ്ചു കോളത്തിലൊരു ജാതകക്കുറിപ്പ്. അത് ശരിക്കും കാന്തി മതിയുടെ തലക്കുറിയായിരുന്നു.

ഒരു മണിക്കൂർ നേരം അത് ഞങ്ങൾ വായിച്ചു. പഠിച്ചു. കാണാപ്പാഠമാക്കി. ചർച്ച ചെയ്തു.

യോഗ്യത - എട്ടാം ക്ലാസ്! ഇടം പാട്ണ നഗരത്തിനു വടക്ക് ഗംഗാദിക്കപ്പുറം ഒരു ചെറുനഗരം. കോൺവെന്റ് വക നഴ്സിങ്ങ് കോഴ്സ്. രണ്ടു കൊല്ലം. ഭക്ഷണം, ഫീസ് സൗജന്യം. പെൺകുട്ടികൾ മാത്രം. പതിനഞ്ച് വയസ്സ്.

ഒരു ജീവനമന്ത്രം കണക്കെ ഞങ്ങളത് പലവുരു വായിച്ചു.

ചർച്ചയ്ക്കു ശേഷം ഞാൻ ചോദിച്ചു.

‘‘നിനക്ക് പോകണമോ കാന്തി?’’

അവൾ പരുങ്ങി.

‘‘നീ പോകണം.’’

‘‘എങ്ങനെ?’’

‘‘ട്രെയിനിൽ.’’

‘‘എവിടെണ്ട് കാശ്?’’

‘‘എത്തിച്ചേർന്നാൽ അവർ വണ്ടിക്കൂലി തരും, സീറ്റു തരും, ഭക്ഷണവും താമസവും ഫ്രീ.’’

‘‘അതു കള. അങ്ങനെ ആർക്കാപ്പഴ് ഞാനൊരു നഴ്സാകണം എന്ന പൂതി?’’

‘‘പറ. നീ പോകാൻ തയ്യാറാണോ?’’

‘‘നിനക്കെന്തു സഹായിക്കാൻ പറ്റും?’’

ഒരു അൺ ടെയിൻഡ് ഹൈസ്കൂൾ ടീച്ചർക്ക് ലഭിക്കുന്ന അന്നത്തെ ശമ്പളം എനിക്ക് ചെലവിന് തികയില്ല. ബസ്സുകൂലി. വസ്ത്രം. പകുത്തു കൊടുക്കാൻ വഴി കാണുന്നില്ല.

പകുക്കാൻ ചിലതുണ്ട്. കൂട്ടുകാരിയോടുള്ള സ്നേഹം. അവൾക്കൊരു ഭാവി വേണമെന്ന ആഗ്രഹം. വെറുമൊരു അയൽക്കാരിയല്ലവൾ. എന്റെ അനിയത്തിമാരിലൊരുവൾ എന്ന് മനസ്സ്.

ഒരാഴ്ച കടന്നുപോകുന്നു. ഒരു കരിത്തീവണ്ടി പോലെ. ഇരുപതു ദിവസം... പതിനഞ്ച്... പതിനാല്... പരിഭ്രമമായി. പാറ്റ്ണയിലൊരു അപേക്ഷയെത്താൻ രണ്ടാഴ്ച വേണം.

ഒരൊറ്റപ്പകൽ കൊണ്ട് അവൾ അപേക്ഷ ടൈപ്പ് ചെയ്തു. മൂന്നു കോപ്പി കൊണ്ടു വന്നു. ആരെങ്ങനെ സഹായിച്ചു എന്നൊന്നും ചോദ്യമില്ല.

വസ്ത്രം, കൂട്ടിനൊരാൾ. ഇവിടെയാണ് അവളുടെ ഭാഗ്യനക്ഷത്രം ഉദിച്ചത്. ഒരമ്മാവനുണ്ട്. ഉത്തരേന്ത്യയിൽ ചെന്ന് ഏതോ ജോലി ചെയ്ത് പട്ടാളത്തിന്റെ പാളയത്തിൽ ജോലി ചെയ്തൊരാൾ. അതിനാൽ ഫ്രീ പാസ്സുണ്ട്, ട്രെയിനിൽ യാത്ര ചെയ്യാൻ. എവിടെയും പോകാനില്ലാതെ ശ്വാസംമുട്ടി നിൽക്കുന്നൊരാൾ. വലിവിന്റെ അസുഖം കൂട്ടിനുണ്ട്. മെലിഞ്ഞുണങ്ങിയ ഒരു മധ്യവയസ്കൻ.

സന്തോഷത്തോടെ അയാൾ മരുമകളെ ഏറ്റെടുത്തു. പെൺകുട്ടിക്ക് തനിച്ച് സഞ്ചരിക്കാൻ വിധിയില്ലാത്ത ഒരു കാലത്തെ അവൾ അതിജീവിച്ചു.

അത്യാവശ്യം വസ്ത്രങ്ങളും ബെഡ്ഡിംഗും മറ്റും കൊണ്ടുപോകണം. യൂനിഫോം ഫ്രീ. അവിടെ എത്തിയാൽ മതി. ഏതു ചോദ്യത്തിനും ഇന്റർവ്യൂവിനെ നേരിടാനുള്ള കഴിവ് അവൾക്ക് ജന്മനാ ഉണ്ട്.

ഞാൻ പറഞ്ഞു, ''നഴ്സിന്റെ കൂട്ടത്തിൽ ഒരു മലയാളിയിലധികം കോൺവെന്റിലുണ്ടാകും.''

''നിനക്കെന്തുറപ്പ്?''

''ഞാൻ കോൺവെന്റ് കോളജിൽ പഠിച്ച് അറിവ്.''

ഞാൻ എന്റെ പരിമിത വസ്ത്രങ്ങൾ അവൾക്ക് പങ്കുവെച്ചു. ഒരു പുതപ്പും മഫ്ളറും നൽകി. അച്ഛന്റെ വക ഒരു വൂളൻ ജാക്കറ്റും.

മൗര്യ ചക്രവർത്തിമാരുടെ ശ്മശാനത്തിനടുത്താണ് തന്റെ ഇരുനില ഹോസ്റ്റൽ എന്ന കാര്യം വീട്ടുകാരെ അറിയിക്കേണ്ടെന്ന് ഞാൻ താക്കീതു നൽകി.

ഞങ്ങളവിടെ നടക്കാൻ പോകും.

നന്നായി. മാസത്തിലൊരു കത്തെഴുതിയാൽ മതി! രണ്ടാഴ്ച പിടിക്കും ഇവിടെത്താൻ.

പാഠപുസ്തകങ്ങളിൽ നിന്നു ലഭിച്ചതിനേക്കാളറിവ്, അന്ന് കാന്തിമതി അയച്ച കത്തുകളിൽ നിന്ന് ഞാൻ നേടി. അസൂയ തോന്നി.

ചെറുപ്രായത്തിൽ ഇന്ത്യയെ കീഴടക്കിയവൾ. അവൾ യു.പിക്കാരനൊരു രാജപുട്ടിനെ വിവാഹം ചെയ്തു. ദീർഘാകായൻ. വെളുത്ത്.

അയാളാണ് ഇപ്പോൾ എന്റെ മുമ്പിൽ ഒരു കല്യാണമണ്ഡപത്തി നടുത്ത് നിൽക്കുന്നത്, കൃഷ്ണവർമ, അവളുടെ ഹോസ്റ്റലിനു സമീപത്തെ പോസ്റ്റ്മാനായിരുന്നു. പിറന്ന ഗ്രാമത്തേയും ഹിമാലയസാനുവിൽ പാടലീപുത്രം എന്ന പ്രാചീന തലസ്ഥാനത്തെയും യോജിപ്പിക്കാൻ കാന്തിമതി, അവളുടെതന്നെ സന്ദേശവാഹകനെ കല്യാണം കഴിക്കുക യാണ്.

വർഷങ്ങൾക്കു ശേഷം രണ്ടു മക്കളുടേയും ഭർത്താവിന്റെയും കൈ പിടിച്ച് അവൾ നാട്ടിലെത്തി. നാട്ടിലെ ദൈവത്തിനു മുമ്പിൽ രണ്ടാ മതും പൂമാല കൈമാറി കഴുത്തിലിട്ടു. എന്നെക്കാണാൻ വന്നു. കൃഷ്ണ വർമയ്ക്ക് എങ്ങനെ നന്ദി പറയേണ്ടൂ എന്നു കുഴങ്ങി.

ഇപ്പോൾ അവളുടെ മകൾ സുമംഗലിയായി മറ്റൊരു വേദിയിൽ എന്റെ മുമ്പിൽ. ഇവൾ കാന്തിമതിയുടെ പുനർജന്മമാണ്. നോർത്തി ന്ത്യൻ തൊലി നിറവും ഹിന്ദി കലർന്ന ചൊല്ലും. അതേ നുണക്കുഴികൾ. ഞാൻ പുത്രിയെ എന്ന പോലെ അവളെ അനുഗ്രഹിച്ചു. രജപുത്ര നല്ലെങ്കിലും പട്ടാളക്കാരനായ മലയാളി യുവാവിനോട് പറഞ്ഞു.

''അവളുടെ അമ്മ എനിക്ക് പ്രിയപ്പെട്ട കൂട്ടുകാരിയായിരുന്നു, സ്നേഹമയി.''

ഇവളും! ആനന്ദം നിറഞ്ഞ അയാളുടെ മിഴികൾ അനുഗ്രഹിക്കുന്നത് എന്നെയാണെന്ന് തോന്നി.

■

ശൈത്യം

കൊടുംശൈത്യത്തിൽ തല കുമ്പിട്ടു നിൽക്കുന്ന വനം പകുത്ത് ഒരു നാട്ടുപാത വയൽവക്കത്ത് അവസാനിക്കുന്നു.

തണുത്തു ചുവന്ന അന്തിവെയിലിലൂടെ ഒരു നീണ്ട തോക്ക് നടന്നു വരുന്നു. ആരുടെ നിഴൽ? ഗ്രാമത്തിലേക്കുള്ള അവസാനത്തെ കുട്ടിബസ്സും വന്നു തിരിച്ചുപോയ നേരം. ചുവപ്പിൽ കുഴഞ്ഞ ഇരുട്ട്. നടപ്പുരീതി കണ്ട് അതു പോസ്റ്റ്മാനാണെന്ന് അവളുടെ മിഴികൾ പൊടുന്നനെ തിരശ്ശീല നീക്കി. ഉമ്മറത്ത് മെഴുകാൻ വൈകിയ തന്റെ മൺതറയിൽ വെറുതെ ഇരിക്കുകയായിരുന്നു, അവൾ, നീല എന്ന യൗവ്വനം വിടാത്ത സ്ത്രീ. അവളുടമ്മ കുടിലിന്നകത്ത് മൂടിപ്പുതച്ചുറങ്ങുകയാണ്. കൂരിരുട്ടിനെ കാത്തിരിക്കുന്ന രാവിന്റെ സന്ധ്യ അമ്മയുടെ തൊണ്ടയിൽ ഇടയ്ക്കിടെ അന്തിശ്ശീവേലിക്ക് അമ്പലക്കുന്നിൽ കൊട്ടിക്കൊണ്ടിരുന്നു.

എന്തേ പോസ്റ്റ്മാൻ, മൂവന്തിനേരത്ത്? വല്ല എഴുത്തും വിതരണം ചെയ്യാൻ മറന്നുവോ? ഇന്നയാളെക്കണ്ടതുമില്ല. ഒന്നുമുണ്ടായിട്ടല്ല. തപാൽക്കാരനെ കാത്തിരിക്കുക അവൾക്കൊരു ശീലമായി. സർക്കാരിന്റെ വക ഒരു പെൻഷൻ മണിയോർഡർ അവൾക്കു കിട്ടാനുണ്ട്. ഏതോ കാലത്ത് പട്ടാളത്തിലെ അടുക്കളക്കാരനായി പിരിഞ്ഞുപോന്ന അവളുടെ അച്ഛന്റെ പെൻഷൻ. അതമ്മയ്ക്ക്. നീല കല്യാണം കഴിച്ചിട്ടില്ല. അതിനാൽ അങ്ങനൊരു പെൻഷൻ അവൾക്ക് വരാനുമില്ല. പ്രതീക്ഷകൾ ഒന്നും ബാക്കിവെയ്ക്കാത്ത ഒരു പ്രണയത്തിനാരുണ്ട് പെൻഷൻ തരാൻ?

അവൾ വെറുതെ ആലോചിച്ചിരുന്നു. പണത്തിനു വലിയ ദുരാഗ്രഹമൊന്നുമില്ല. വിശപ്പാറ്റാൻ അരി വേണം. റേഷനും കാർഡും ഉണ്ട്.

പോസ്റ്റ്മാന് കാടിറങ്ങി ഈയൊരു നടവരമ്പിലൂടെ നടന്നുവരാൻ, ഇതിനപ്പുറത്തേക്ക് മറ്റൊരു മനുഷ്യക്കുടിലുമില്ല. വന്യജന്തുക്കൾക്ക് ദൈവം നല്കിയൊരു ഇടതിങ്ങിയ ഒരു ഗേഹം മാത്രം. അവിടെ മലയണ്ണാൻ തുടങ്ങി കാട്ടാനക്കൂട്ടം വരെ വിളയാടുന്നു. ചീവീട് മുതൽ ചെന്നായ്ക്കൾ വരെ ഒച്ചയെടുക്കുന്നു.

കാടുറങ്ങാൻ തുടങ്ങുന്നു. കിളികളുറങ്ങിക്കഴിഞ്ഞു. കാടിനും ഗ്രാമത്തിനുമിടയ്ക്ക് കാവൽ നിൽക്കുന്ന കൂറ്റൻ പനമുകളിലിരുന്ന് ഒരു കൂമൻ ഇടവിടാതെ മൂളുന്നു. ആരെയോ ചോദ്യം ചെയ്യുന്നു. ''എന്തിനു മണ്ടച്ചാരെ'' എന്നു നീല അല്പം തമാശയോടെ ചോദിക്കുന്നു.

പരുക്കൻ ജീവിതാനുഭവങ്ങളോട് അവൾ ഇടപഴകി സൗഹൃദം പാലിക്കാൻ തുടങ്ങീട്ട് ചില വർഷങ്ങൾ കഴിഞ്ഞു. മഞ്ഞും കൊടും മഴയും പിന്നേയും പിന്നേയും വന്നുംപോയുമിരിക്കുന്നു. അവൾ മാത്രം ഈ വഴിത്തുമ്പിലെ ഒറ്റമുറിക്കുടിൽ, വയലിലെ വേല കഴിഞ്ഞു, തോട്ടിലെ ജലം കുടത്തിലേറ്റി വന്നു, ലേശം ചൂടാക്കി മുറ്റത്തെ കുളിമുറിയിൽ കുളിക്കുന്നു.

കുളിപ്പുര, കാട്ടുമരച്ചില്ലകൾ, നിരക്കിയൊരുക്കി അവൾ തന്നത്താൻ കെട്ടിയുണ്ടാക്കിയതാണ്. അന്ന് അങ്ങനെയൊന്നു തനിക്കു വേണമെന്നു തോന്നി. അമ്മ വെറുതെ നൊടിഞ്ഞുകൊണ്ടിരുന്നു.

''നിണക്ക് ഈ മുമ്പിലൂടെ പോണ തോട്ടിൽ മുങ്ങിയാപ്പോ ആരാണ് നിന്നെക്കാണാനിരിക്കുന്നത്. നാണിക്കാൻ?''

ആളുണ്ടായിരുന്നു. ഒരേയൊരാൾ. അത് കളത്തിലമ്മയുടെ മകൻ. കുഞ്ഞപ്പു. അവൾക്ക് ജീവിതത്തിൽ നിഴലും നിലാവുമേകിയ ഒരേയൊരാൾ. മൂന്നു മക്കളേയും നല്കി. വിവാഹം ഗാന്ധർവ്വം. ആരോടും അനുമതി ചോദിച്ചില്ല. അനുഗ്രഹിക്കാൻ മേലേ നിന്നു പുഞ്ചിരി തൂകുന്ന നിലാവ് മാത്രം.

അന്തിവെയിലിനെ, തന്റെ ഇരുണ്ട നിഴൽകൊണ്ടു ചീകി വാർന്ന് അയാൾ മുറ്റത്തെത്തി നിൽക്കുന്നു.

''ഒരു കമ്പിയുണ്ട്, നീലേ.''

''കമ്പിയോ, എനക്കു വായിക്കാനറീല്യ. അത് ഇംഗ്ലീഷിലാവില്ലേ?''

''ഞാനുണ്ടല്ലോ.''

അയാൾ വായിച്ചു. പിന്നെ വ്യാഖ്യാനിച്ചു.

''നിന്റെ സഖാവ് അന്തരിച്ചു.'' പിന്നെ പെട്ടെന്ന് നാക്കുകടിച്ചു അയാൾ.

കരുണയോടെ തുടരുന്നു,

''അല്ലെങ്കിലും ഒരുനാൾ എല്ലാവരും അങ്ങു ചെല്ലണം. ഒരു വിളി ഏതൊരാളേയും അക്കരെ നിന്നു സമയം നോക്കി വിളിച്ചുകൊണ്ടിരിക്കും. റേഷൻ കടയ്ക്കു മുമ്പിലെ ഒടുങ്ങാത്ത നിരയാണത്. അതെല്ലാവർക്കും കിട്ടണം. അതും ഒരവകാശം.''

അയാൾ വ്യാഖ്യാനവും പിന്നെ വായനയും അവസാനിപ്പിക്കുന്നു.

''ആരാ മോളേ മുറ്റത്ത് ഇപ്പഴും വാക്കു പറഞ്ഞുനിൽക്കുന്നത്?''

അകത്തുനിന്ന് അമ്മ! തള്ളയുടെ ഉറക്കം കഴിഞ്ഞുവോ? ഇന്ന് പാതിരാവുവരെ പഴയ കഥയും പാട്ടും പറയും.

''ഞാനാണ് ചല്ലീ. മകൾക്കൊരു കമ്പി. കൂസാറ നിന്നാണ്. അറിയാമല്ലോ?''

അമ്മയ്ക്കറിയാം. ഊരിന്നറിയാം. അക്കരെക്കാർക്കും അറിയാം.

കുഞ്ഞപ്പുവിന്റെ യൗവ്വനത്തിൽ പന്തം കൊളുത്തിയിരുന്നു. പ്രണയത്തിലും വിപ്ലവത്തിലും. കാട്ടിൽ വിപ്ലവത്തീ, മരക്കൂട്ടങ്ങൾക്കിടയിൽ കാട്ടുതീ പോലെ കനൽജ്വാലയായി നിന്നു. രാത്രി വൈകിയ നേരത്തെപ്പോഴോ ഒരത്താഴത്തിന്റെ ചൂടും വെളിച്ചവും. സന്ധ്യയുടെ മങ്ങൂഴത്തിലൂടെ ഒരടിയാന്റെ ചുമലിൽ റേഷൻസഞ്ചി ഏറ്റിവെച്ച മട്ടിൽ ഒരജ്ഞാതൻ കുറച്ചരിയും മുളകും ഉപ്പും കറിസാധനങ്ങളും ഏറ്റിവന്നു. റേഷൻ ഷോപ്പിൽ നിന്നു കാടും വയലും മുറിച്ച് വലഞ്ഞുവരുന്ന ഒരു കർഷകത്തൊഴിലാളിയാവാം അവൻ അല്ലെങ്കിൽ അവൾ.

വനത്തിന്റെ ആഴമേറിയ നെഞ്ചകത്ത് കൊടുംരാവിൽ ഒരു ചെറുകൂട്ടത്തിന് അത്താഴമൊരുങ്ങി. സൗജന്യമായി ഏതോ കൃഷീവലൻ നൽകിയ സഞ്ചിയിൽ അരിയും മറ്റും. വനത്തിന്റെ നെഞ്ചകം അതിശൈത്യത്തിൽ പുകഞ്ഞു. ആരും അറിഞ്ഞെന്നു നടിച്ചില്ല. പൊലീസ് കുന്നുമ്പുറത്ത് സുരക്ഷിതമായൊരുയരത്തിൽ തമ്പടിച്ചു താവളം തീർത്തിരുന്നു. അവർക്ക് ചിലപ്പോഴെല്ലാം കാട്ടിറച്ചി മുറ്റത്തു പുലർകാലത്തു കണി കാണാൻ കഴിഞ്ഞിരുന്നു.

അവളുടെ ചെറിയോർ അങ്ങനെയാണ് അവളെ അറിയാനിട വന്നത്. വഴിവക്കിലൊരു ചൂട്ടുവെളിച്ചമായി. കുളത്തിലമ്മയുടെ അടുക്കളയിൽ അതീവരഹസ്യമായി വെന്ത അത്താഴവും കുടിവെള്ളച്ചൂട്ടും അവളെയും കോരിത്തരിപ്പിച്ചു.

ചെറിയോർ അവളോടു പറഞ്ഞു,

''നീയാണ് രക്ഷക. എന്റെയും.''

അയാൾ ദൂരെയെങ്ങോ കോളേജിലെ പഠിപ്പു മുറിച്ച് അമ്മയുടെ അടുത്തേക്ക് തിരിച്ചുപോന്നതായിരുന്നു.

'ചുമതല' കഴിഞ്ഞു തിരിച്ചുവരുമ്പോൾ അയാൾ നീലയിൽ അഭയം കണ്ടെത്തി. ആശ്വസിച്ചു. പ്രണയത്തിനും ഇങ്ങനെയും ഒരു മുഖമോ? നീല ആദ്യം അന്ധാളിച്ചു. പിന്നെ നിലാവിൽ വിരിഞ്ഞൊരു കാട്ടുചെമ്പകംപോലെ അയാളെ ആനന്ദിപ്പിച്ചു. നിലാവിനു തിളക്കമേറി. നക്ഷത്രജാലം ജീവനുള്ളൊരു ആകാശപ്പന്തലിൽ വിളയാടി. കാടുതോറും മിന്നാമിന്നികൾ ഉത്സവമാഘോഷിച്ചു.

ഓരോ പൊന്തയും അലങ്കാരമണിഞ്ഞു. രാവിൽ പൂത്തുനിന്നു.

''നീലേ...'' അയാൾ പറഞ്ഞു, ''ചിലപ്പോൾ അവർ എന്നെ തൂക്കിക്കൊണ്ടുപോവാം. കൊന്നുകളയും. എന്റമ്മയ്ക്കു പോലും എന്നെ രക്ഷപ്പെടുത്താൻ കഴിയില്ലായിരിക്കും.''

അവൾ കാട്ടിൽ നിന്നു കിട്ടിയ പുലിനഖങ്ങൾ ശേഖരിച്ച് അയാൾക്ക് പ്രണയസമ്മാനമായി നൽകി. അതിന്റെ പിറ്റേന്നാൾ പൊലീസ് അയാളെ ആമം വെച്ച് കടകട ചൊല്ലുന്ന അവരുടെ സ്വന്തം വണ്ടിയിലടച്ചുപൂട്ടി അകലെ ഏതോ നഗരത്തിലേക്കു കൊണ്ടുപോയി. അയാൾ അതിനകം അവൾക്കു രണ്ടു സന്തതികളെ സമ്മാനിച്ചിരുന്നു.

കൈയിലിരുന്ന കത്ത് പൊളിച്ച് അവൾ കഞ്ഞിയടുപ്പിന്റെ വെളിച്ചത്തിനു മുമ്പിലെത്തി. അയാൾ, കുട്ടികളുടച്ഛൻ കെട്ടാതെ വരിച്ച ഏകപുരുഷൻ പോയി. എന്നേക്കും. ഹാർട്ടറ്റാക്കായിരുന്നു. ദൂരെ നഗരത്തിൽ കെട്ടിയ പെണ്ണിനും പിന്നീട് ജനിച്ച മക്കൾക്കും ഒപ്പം. മറ്റന്നാളാണ് അവസാനമൊന്നു കാണാൻ കഴിയുക. മരണത്തിനു മുന്നിൽ ജീവനുള്ളതൊന്നും ഇല്ല. ജാതി-മതലംഗഭേദവുമില്ല.

തനിക്കവിടെ പ്രവേശനം കിട്ടില്ല. എന്നാലും പോകും. കാണും. ഒരൊറ്റുകാരിയായാൽ സ്വർഗ്ഗം തരാം എന്നു പറഞ്ഞവരുണ്ടായിരുന്നു. ഒരു പകലിന്റെ മുഴുവൻ നീളവും മുമ്പിൽ പുലരാറാവുന്നു. അയാളുടെ മകൻ വിദേശത്തു നിന്നു വരണമെന്ന്. അതുവരെ സമയം തനിക്കു ദൈവം തന്നല്ലോ!

അവൾ മുറ്റത്തു കാത്തുനിൽക്കുന്ന തപാൽക്കാരനോടു ചോദിക്കുന്നു, ''അങ്ങോട്ടെത്ര വണ്ടിക്കൂലി വേണ്ടിവരും?''

''ഒരിരുന്നൂറ് കൂട്ടിക്കോ. കൈയിലുണ്ടോ?''

''ഉണ്ടല്ലോ. ഇക്കുറി എല്ലാ കൃഷിപ്പണിക്കും ചേർന്നു. കൂലി കിട്ടിയതുണ്ട്.''

അവൾ അയാളുടെ മുഖത്തു നോക്കിയതേ ഇല്ല.

''പുലർന്നിട്ടു പോയാ മതി. കാടു നിറയേ ആപത്താണ്. വന്ന ആനക്കൂട്ടങ്ങളൊന്നും മൈസൂരിലേക്കു തിരിച്ചുപോയിട്ടില്ല. അവിടെയല്ലേ അവരുടെ വെള്ളം?''

കാറ്റിനു തണുപ്പേറി. ഒരു പന്തം കത്തിച്ച് അവൾ അയാൾക്ക് നല്കി.

''പോസ്റ്റാഫീസുവരെ ഞാനിപ്പൊ നടക്കാം. പിന്നെ വെളിച്ചത്തിൽ രണ്ടു നിഴലുകൾ മാത്രം അന്ധകാരം മുറിച്ചു. കാട് അലറി, ചൂളം വിളിച്ചു, പിറുപിറുത്തു. പിന്നെ ഉറക്കത്തിലേക്കു വഴുതി. പട്ടണം ഉണർന്നിട്ടില്ല. ഒരൊറ്റ ബസ്സുള്ളത് മൂടിപ്പുതച്ചുറങ്ങുന്നു. അതിനകത്ത് ഡ്രൈവറുടെയും കണ്ടക്ടറുടെയും കൂർക്കംവലി. നിഴലിൽ ബസ്സ്റ്റോപ്പ് മരം.

നിഴലിന്നപ്പുറം ഒരു നേർത്ത പകൽച്ചീള്.

നീല മരത്തിനു ചോട്ടിൽ രാത്തണുപ്പിൽ വെറുങ്ങലിച്ചു നിൽക്കുന്ന ശിലാബെഞ്ചിൽ മെല്ലെ താണു. കാലുകൾക്ക് സന്ധി നഷ്ടമായതറിയുന്നു. ആരോ ഉപേക്ഷിച്ചുപോയ ഒരു പത്രക്കടലാസിന്റെ വിരി, നനവാർന്ന് ബെഞ്ചിൽ അമർന്നുകിടന്നു. അവൾ പകലിനെ കാത്തു വഴിമരത്തിന്റെ തടി ചാരി അപ്പോഴും പൂർണ്ണമായും തണുത്തിട്ടില്ലാത്ത വേനൽമണ്ണിൽ ഇരുന്നു. അവൾക്കുവേണ്ടി വഴിയോരം ദർഭമെത്ത വിരിച്ചിരുന്നു.

നാളെ... നാളെ പുലർന്നു വെളിച്ചാവുമ്പോ ട്രെയിനിറങ്ങി അവിടെയെത്തുമ്പോ അവർ തന്നെ സ്വീകരിച്ചില്ലെങ്കിലോ? ഗേറ്റടച്ചു കഴിഞ്ഞാലോ?

അവൾ കരഞ്ഞില്ല. ഇറുകെയടച്ച മുഖത്തൂടെ ശീതിച്ച ഒരു രാക്കാറ്റ് നടന്നുപോണു. കണ്ണുകൾ അടഞ്ഞുപോകുമ്പോൾ അവൾ ജാഗ്രതയിൽ വലിച്ചു തുറന്നു.

എപ്പഴോ വണ്ടി ഒന്നു കരഞ്ഞു.

മൂന്നുനാലു യാത്രികർ ടാർപ്പോളിൻ നീക്കി വണ്ടിക്കകത്തു കയറി. അവർ ഗ്രാമത്തിന്റെ മണ്ണ് ചുമന്ന് ചെരിപ്പുമായി അകത്തു കയറി, അല്പം ഉള്ളോട്ടു മാറി അവൾ ഒരു സീറ്റിലമർന്നു.

ടിക്കറ്റ് റാക്കുമായി കണ്ടക്ടർ ഇപ്പോ വരും എന്ന നിനവിൽ അവൾ ഉറക്കത്തിന്റെ പ്രശാന്തമായ താഴ്വരയിലേക്ക് ഉരുണ്ടുപോകുന്നു.

വണ്ടി നിശ്ശബ്ദം പറന്നകലുന്നു.

നിദ്രയുടെ തൊട്ടിലിൽ അവൾ ഒരു ജീവിതകാലത്തെ അശാന്തി മറന്നു. പ്രണയച്ചങ്ങലയിൽ നിന്നു മുക്തയായി.

■

അമ്മുക്കുട്ടി

പോക്കര് മാപ്ല, വെളിച്ചം സൂചിയിടുന്നേരം, കുണ്ടനിടവഴിയിലൂടെ ധൃതിയിൽ നടക്കുകയായിരുന്നു.

ഇരുട്ടത്താ നേരം വെളുക്കുന്നത് എന്നയാൾ തന്നോടുതന്നെ ചോദിക്കുകയും ചെയ്തു. പകൽ വെളിച്ചം വന്നിട്ട് പാൽ പകർന്നുകൊടുക്കുന്നാ ശരി. പക്ഷേ, വാച്ചിലെ സമയമാണല്ലോ പാൽക്കമ്പനിക്ക്. സൂര്യൻ ശരിക്കു സമയം കാണിക്കുന്നില്ലെന്നാണ് പത്മനാഭൻനായരുടെ പരാതി. പാൽക്കാരൻ നായർക്ക് ഇതിനു പുറമെ മറ്റൊരു പരാതിയേയുള്ളൂ.

വെള്ളത്തിന്റെ ഉറവ പൊട്ടീട്ട്ണ്ടോ? പാല് കൊണ്ടുവരുന്നവരുടെ മുഖത്തു നോക്കാതെ ഓരോ പാത്രത്തിന്റേയും വായിലേക്കു നോക്കിയാണ് അയാൾ ചോദിക്കുക.

ഒരിക്കലൊന്ന് കൊടുത്താലെന്താ എന്നു പോക്കര് മാപ്ലയ്ക്ക് പലപ്പോഴും തോന്നീട്ട്ണ്ട്. കദീശു കേട്ടാൽ അങ്ങനെ ചെയ്യും. പക്ഷേ, അവൾ കേൾക്കുന്നില്ലല്ലോ. പാത്രം കഴുകി, അലക്കിയ തുണികൊണ്ടു തുടച്ചാ കദീശു പാലളന്നു ഒഴിച്ചുതരുന്നത്.

ഇടവഴി നിറയെ ഉരുളൻകല്ലാണ്. വേലിയോരത്തു നഖം നീട്ടുന്ന ഇല്ലിക്കമ്പുകളുണ്ട്. താഴെ തുണിത്തുമ്പിൽ ചാടിപ്പിടിച്ച് ഒരില്ലിമുള്ള് പിടി വിടീച്ച് വേലീമ്മല് കൊളുത്തിവെയ്ക്കുന്നേരം എന്താപ്പൊ ഒരു പുതിയ കാഴ്ച.

നീല പുതച്ച ഒരു ചെറുകൂര നിൽക്ക്ണു പുൽപറമ്പിൽ. പറമ്പിന്നു ചുറ്റും അതിന്റെ ഉടമ മുതലാളി ഉയരെക്കെട്ടിച്ച വേലിയുണ്ട്. പോക്ക്ര് മാപ്ലയ്ക്ക് നല്ല എകരമുണ്ട്. അതുകാരണം മലഞ്ചെരിവിലേക്കു നോക്കി നിൽക്കുന്ന പറമ്പിന്റെ ഏതാണ്ട് പാതിവരെ കണ്ണിൽപ്പെടും. അപ്പോൾ മറ്റൊരതിശയം. ഒരു പെണ്ണുങ്ങളുണ്ട്, വെളിച്ചാവും മുമ്പ് തോട്ടിയിട്ട് പ്ലാവെല വെട്ട്ണു.

പിന്നെ, പ്ലാച്ചോട്ടിലെ മങ്ങിയ ഇരുട്ടിൽ നിന്ന് ഒരാടിന്റെ ചെനപ്പ് കേട്ടപ്പഴ് പോക്കര് മാപ്ല മനസ്സിലെഴുതി, ഒരാടും ഒരു പെണ്ണുങ്ങളും.

നല്ല തൂവെള്ള മുണ്ടും റവുക്കയും ധരിച്ച ചെറുപ്പക്കാരി. അമ്പിളി പോലെ കവിൾ നന്നായി തെളിഞ്ഞുകാണുന്നുണ്ടിപ്പോൾ. പോക്കര് മാപ്ല ഇല്ലമുള്ളിനെ അതിന്റെ പാട്ടിനു വിട്ടു. പാലളവുകേന്ദ്രത്തിലേക്ക് വെച്ചടിച്ചു. അളവുകേന്ദ്രം ഒരു കിണറ്റുകരയാണ്. റോഡുവക്കത്ത് ഒരു ധർമ്മക്കിണർ. അതിന്റെ ചുറ്റളവു മതിലിന്നപ്പുറം മുതലാളിയുടെ വലിയ തെങ്ങൻതോപ്പ്. വട്ടത്തിൽ പാതി തോപ്പിനും പുറത്തെ പാതി ധർമ്മ ത്തിനും.

ധർമ്മിഷ്ഠനായ പത്മനാഭൻ നായർ പുലരാനേഴര നാഴിക സമയ മുള്ളപ്പോൾ കിണറ്റുകരയിൽ തന്റെ വലിയ പാൽപ്പാത്രത്തിന്റെ അടപ്പ് ശബ്ദിച്ചുകൊണ്ട് എത്തുന്നു. പിന്നെ കപ്പി കരയും. കൊണ്ടുവന്ന ചെറിയ അടപ്പുപാത്രത്തിൽ ഒരു ബക്കറ്റ് വെള്ളം നിറയ്ക്കും. ഇനി കിണറേ, നീ നിന്റെ ധർമ്മത്തിന്റെ വഴി വേറെ നോക്കിയാട്ടെ എന്നു തന്നത്താൻ പറയും. പോക്കര് മാപ്ലയാണ് ആദ്യമെത്തുക. തൊണ്ടയി ലടച്ചുവെച്ച പല്ലവിയുടെ ആദ്യത്തെ ഈണം പത്മനാഭൻനായർ പുറത്തെടുക്കും മുമ്പ് പോക്കര് മാപ്ല താക്കീത് ചെയ്യും.

‘‘നായരേ, മുണ്ടണ്ട. നമ്മളെ പാലിന്റെ മേനിച്ചൂട് ഒന്നു തൊട്ടു നോക്ക്യാട്ടെ.’’

പാൽപ്പാത്രത്തിന്റെ വയറ്റത്തു കൈവെച്ച് പോക്കരുമാപ്ല പറഞ്ഞു തീരും മുമ്പ്, ഒരു കുഴിയൽ വെള്ളം വലിയ പാൽപ്പാത്രത്തിലൊഴിച്ച് നായർ ചുഴറ്റിക്കമഴ്ത്തും.

‘‘ഒന്നൂടെ.’’ പോക്കര് മാപ്ല.

‘‘എങ്കിലൊന്നൂടെ നായർ, പാലും അന്നവും കലർപ്പില്ലാണ്ടെ കൊടു ക്കരുതെന്നാ ശാസ്ത്രം.’’

‘‘അങ്ങനെയൊരു ശാസ്ത്രമുണ്ടോ എന്ന് പോക്കര് മാപ്ല ആരാ യാൻ മറന്നുപോയി. അയാളുടെ മനസ്സിൽ വെളുത്ത മുണ്ടിന്റേയും നീലക്കവിളിന്റേയും ഉടമ നിറഞ്ഞു നിന്നു.

ആ പെണ്ണേത്? ആ ആട് അവൾ കൊണ്ടുവന്നതുതന്നെ, കൂടെ. എന്നാലും രാത്രിക്കു രാത്രി കുടില് കെട്ടി അവൾ പുല്ലുപറമ്പിൽ കുറ്റി യടിക്കാനെന്തു ന്യായം?

പോക്കര് മാപ്ലയെന്നല്ല്യ ആരും ചോദിക്കാവുന്ന ചോദ്യം. കദീശു വിനോട് വാർത്ത പറയാനുള്ള തിടുക്കത്തിൽ അളവു കഴിഞ്ഞെങ്കിലും അടയാളപ്പെടുത്തലാണ് നായർ ചെവിക്കുറ്റിയിലെ പെൻസിലെടുക്കു ന്നേരം പോക്കര് മാപ്ല തിരിച്ചുപോന്നു.

‘‘കേട്ടോ, ഇന്ന് മൂന്നു ലിറ്റർ മുന്നൂറും. നായർ അളവ് പുറകെ എറിഞ്ഞുകൊടുത്തു.

പോക്കര് മാപ്ല കാലിച്ചായയ്ക്ക്, ഇമ്പിച്ചിയുടെ കട തുറക്കാൻ കാത്തുനിന്നില്ല. കദീശു ഉണ്ടല്ലോ പുരേല്. നല്ലൊരു ചായ വീത്താൻ കഴിയ്യോന്ന് കാണട്ടെ.

പുല്ലറമ്പിന്റെ വേലിയോടപ്പുറം ഒരു നീണ്ട കയറിന്റെ അറ്റത്തു നിന്ന് ആട് ഇടവഴിയിലേക്കു നോക്കി ഗൗരവത്തിൽ നില്പാണ്. ആരെയോ കാത്തുനിൽക്കുമ്പോൾ. അത് പോക്കര് മാപ്ലയെ ഒരു ഈച്ചയെപ്പോലെ അവഗണിച്ചു.

പെണ്ണൊരുത്തി പ്ലാവും വട്ടയില മരവും ചേർത്ത് ഒരു നീല പ്ലാസ്റ്റിക് ചരടിന്റെ അഴ കെട്ടുകയും അതിൽ അലക്കി നീലം പിഴിഞ്ഞ മുണ്ടും നേര്യതും റവുക്കയും ബോഡീസും തോർത്തുമെല്ലാം തോരാനിടുകയും ചെയ്തിട്ടുണ്ട്.

സാധാരണക്കാരിയല്ല. മാപ്ല വിചാരിച്ചു, കളിയെല്ലാം നേരത്തെ കഴിച്ചിരിക്കുന്നു അവൾ, അതിശയമേ, പരിഷ്കാരിതന്നെ. അവളുടെ വേരുകൾ തേടി കദീശുവിന്റെ കരൾ പുകഞ്ഞു. ഒറ്റയ്ക്കൊരു പെണ്ണ്. കൂട്ടിനൊരു ആട്. ഒരു കുരയ്ക്കുന്ന നായല്ല, ആട്.

പിറ്റേദിവസം രാവിലത്തെ അടുക്കളപ്പണി ഒടുങ്ങിയാറെ, കദീശു കാച്ചിയും തട്ടനും കുടഞ്ഞുടുത്തു. നാട്ടിലെ പുത്തൻ പാർപ്പുകാരിയെ കാണാനെത്തി. അവരുടെ പക്കൽ നാല് ഒളോർ മാമ്പഴം പൊതിഞ്ഞു പിടിച്ചു.

പത്തിരിക്ക് മാവ് കുഴയ്ക്കുകയാണ് പെണ്ണുങ്ങൾ.

''ഈടെ കുടി പാർക്കാനാ?''

''തന്നെ.''

''ഒറ്റയ്ക്കാണോ?''

''അതെ.''

''ബന്ധത്തിലൊന്നും...''

''ആരുംല്ല്യാന്ന് പറേണ്ല്ല്യ. കൂടെ വന്നു താമസിക്കാൻ പറ്റിയ ആരുമില്ല.''

കിണ്ണത്തിലെ കുഴച്ച മാവിന്റെ ഉരുൾവലിപ്പം കണ്ട് കദീശുമ്മ ചോദിച്ചു.

''ഇത്രേം പത്തിരി. തിന്നാൻ വിരുന്നുകാര്ണ്ടല്ലേ?''

''ഉണ്ടാവും. പുതുതായി പാർപ്പിനു വന്നതല്ലേ? വഴിയെല്ലാം നേരത്തെ പറഞ്ഞുകൊടുത്തിട്ട്ണ്ട്.''

''ഇത്തരേം ദൂരെ വന്ന് ആണുന്തൊണ ഇല്ലാണ്ടേ?''

''അയലോത്ത് നിങ്ങളെല്ലാം ഇല്ലേ? ആരെപ്പേടിക്കാനാ? എനക്ക് വയസ്സ് മുപ്പത്താറായി.''

‘‘അയിനൊന്നും ആയിട്ട്ല്യാ.‘‘

‘‘ആയി.’’

കദീശുമ്മയ്ക്ക് അവൾ മുറുക്കാനെടുത്തു ചെല്ലത്തിൽ വെച്ചു.

‘‘ങ്ങള് ചവയ്ക്ക്യോ?’’

‘‘ഇല്ല. ആരെങ്കിലും വരുമ്പഴ് കൊടുക്കണ്ടെ. ഞമ്മക്കാണേൽ ബായ് കയ്ച്ചു തുടങ്ങി.’’

അവർ മുറുക്കാനെടുത്തു. വെറ്റില ഞരമ്പുകളഞ്ഞു. ഒരു ജീവനുള്ള ഇല. ചുണ്ണാമ്പ് തൊടീച്ചു. ചുരുട്ടി ചുണ്ടിലെ ഉമിനീരിൽ നനച്ച പാക്കെടുത്തു കടിച്ചു.

‘‘നല്ല കൊണംണ്ട്.’’

‘‘നാട്ടീന്നു കൊണ്ടന്നതാ. തേവി നനയ്ക്കുന്ന തോട്ടത്തിലെ അടയ്ക്ക.’’

‘‘ഏടെയാ നാട്?’’

‘‘കൊറേ വടക്കാ. പറഞ്ഞാലറീല്ല്യ.’’

‘‘നെങ്ങടെ പേരെന്താ?’’

‘‘അമ്മു... അമ്മുക്കുട്ടി.’’

‘‘പഷ്ട് പേര്. പറയാന്തന്നെ ഒരു സൊകം.’’

അങ്ങനെ കദീശുമ്മ പോയി. പുത്യാപ്ലയോടു വിവരം വിസ്തരിച്ചു.

‘‘കേട്ടതിന്റെ ഇരട്ടി വടക്ക് കവുകിൻതോട്ടോം എല്ലാം ഉണ്ട്. തേവാനാള്ണ്ട്. എന്താവൊ ഒറ്റയ്ക്കെറങ്ങിപ്പോന്നത്.’’

‘‘തോട്ടം ബന്ധുക്കാര്ടെതാവും. പെറ്റമ്മേം അച്ഛനും കാണില്ല. എന്താ ചെയ്യ്യാ.’’

‘‘പാത്തേയ് വന്നാ ഓളെ കുട്ടിക്ക് ആട്ടുമ്പാല് മേടിച്ചു കൊടുക്കാ.’’

‘‘നിയ്യ് ആടിനെക്കണ്ടോ കദീശൂ?’’

‘‘കൂട്ടില് എല തിന്നണ്. ചൂരടിച്ചു.’’

‘‘അത് കൊറ്റനാ.’’

‘‘പുയ്യ്യാപ്ലയ്ക്കെങ്ങനെ അറിയാം?’’

‘‘കണ്ടാലറിഞ്ഞൂടെ?’’

‘‘കണ്ടോ?’

‘‘പിന്ന്യല്ലാണ്ട്.’’

‘‘ആടെ പോയോ?’’

‘‘പോയി. ചായ കുടിച്ചു കട്ടൻചായ.’’

കദീശുമ്മ കെട്ടിയ മാപ്ലയെ തുറിച്ചുനോക്കി.

''അപ്പരിശം ഇമ്മക്ക് വേണ്ട.''

''അതെന്താ കദീശു?''

''ഓള് കാഫ്റിച്ചി. വിത്തും വേരുംല്യാത്തോള്. ഏട് അവര്ന്നു എന്നും ചോദിച്ചൂടാ.''

''ഞാമ്പോയില്ല എന്റെ കദീശൂ. നെന്നെ ചൊടിപ്പിക്കാമ്പറഞ്ഞതല്ലേ? ഞാനാടിനേം പയ്യിനേം ഒന്നും കണ്ട്ല്ല്യ.''

''ഓളെക്കണ്ടോ?''

''അതിപ്പം, കണ്ടു. അയക്കോല് കെട്ട്ണു.''

കദീശു പുരികം ചുളിച്ചു ഭർത്താവിനെ തൃക്കണ്ണ് ഹോമിച്ചു.

''ഇന്നെത്രയാ പാല്?''

''പാലോ?''

''തന്നെ പാല്.''

''എന്നും കൊണ്ട്വോണതുതന്നെ.''

''അതെത്രയാന്നാ എന്റെ ശോദ്യം.''

''നാലര ലിറ്ററ്.''

''ങ്... ഊം....'' കദീശു ഭർത്താവിനെ വിസ്തരിച്ചു നോക്കി.

''സത്യം, പടച്ചോനാണേ സത്യം. അന്നായര് ചുണ്ടില് ബീടി കടിച്ചു പിടിച്ചാ പറഞ്ഞത്. ഞമ്മള് ശരിക്കു കേട്ടില്ല്യാന്ന് കൂട്ടിക്കോ. അയിന് ഇപ്പൊ എന്താ? കണക്ക് കിറുകിറുത്യ. നായരെ അക്കാര്യത്തില് നമ്പാം.''

''കണക്കല്ലേ. കാശായി വരുമ്പം എന്നും പാതി ബാക്കിവച്ചിട്ടല്ലോ?''

''കദീശൂ എന്നും കാണേണ്ടവരല്ലേ? ഒരു അക്കും പിക്കും വേണ്ടേ. അയാക്ക് ഒരു വല്യ കുടുമ്മം പോറ്റണ്ടെ! പെമ്മക്കള് നാലാ. നാലും മത്സരിച്ച് പെറ്വാ. എത്ര്യായീന്നോ പേരമക്കള്.''

കദീശു അടുക്കളയിൽ മറഞ്ഞു.

പുൽപ്പറമ്പിലെ അമ്മുക്കുട്ടിയെ എല്ലാവരും അറിയാൻ തുടങ്ങി. അവൾ ഒരു പറ്റം ആടുകളെ കൊണ്ടുവന്നു. പനയോല ചേർത്തു കെട്ടിയ ആട്ടിൻകൂട്ടിന്നകത്ത് ആൾപ്പൊക്കത്തിൽ തെണ്ടി കെട്ടി അതിന്മേലാ ആളുകളുടെ നിദ്ര. കൂടിന്റെ തെണ്ടികളുടെ ഇടയിലൂടെ ആട്ടിൻകാട്ടം വർഷിക്കുന്നത് കാണാൻ ഇടവഴിയെ പോകുന്ന ആളുകൾ നിന്നു. കാറ്റത്തുലയുന്ന അമ്മുക്കുട്ടിയുടെ വസ്ത്രങ്ങളുടെ വെണ്മയും പകിട്ടും ആകാശത്തിലെ നീലയോടും വെണ്മയോടും മത്സരിച്ചു.

അമ്മുക്കുട്ടി ചുട്ടുപുകയുന്ന മീനമാസരാവുകളിലെ ഉറങ്ങാക്കഥ കൾപോലെ തുടർന്നുപോയി.

വലിയ തെങ്ങിൻതോപ്പിൽ നിന്ന് അമ്മുക്കുട്ടി അപൂർവ്വമായേ പുറത്തിറങ്ങിയുള്ളൂ.

''ഓളൊരു കെട്ടിലമ്മ.'' കദീശുമ്മ പറഞ്ഞു.

ഒരു ദിവസം അമ്മുക്കുട്ടിക്ക് പുറത്തിറങ്ങാതെ വയ്യെന്നായി.

ബാങ്കർ ഗോകുലന്റെ ബംഗ്ലാവിലെ തോട്ടത്തിലെ പച്ചപ്പിലേക്കും ശീതളിമയിലേക്കും അണ്ണാക്ക് വരണ്ട ആടുകൾ ഇരച്ചുകയറി. അവ യിൽ ചിലതിന്റെ കഴുത്തിൽ കിങ്ങിണിയുണ്ടായിരുന്നു. മധുരസ്വപ്ന ത്തിൽ നിന്നു വാച്ച്മാൻ കുമാരൻ ഞെട്ടിയുണർന്നു. തന്റെ നൃത്ത സന്ധ്യയിലേക്ക് കല്ലെറിഞ്ഞതാരെന്ന് അയാൾ പാളി നോക്കി. കിങ്ങിണിയൊച്ച സ്വപ്നത്തിൽന്ന് ഭൂമിയിലേക്ക് ഇടറിവീണിരിക്കുന്നു.

''ആരാവിടെ? മൂത്ത് മൂത്ത് പെങ്കുട്ട്യോള് ആരാന്റെ പൂന്തോട്ടത്തിലും കേറി ആട്ടം തുടങ്ങ്യേ.''

''ബേ... ബേ... ഇല്ലേ...''

ആടുകൾ ഒച്ച വെച്ചു. അവ അപ്പാടെ പരിഭ്രമിച്ചു പോയി. ഇത്ര മധുരിക്കുന്ന പലഹാരങ്ങൾ ഇന്നുവരെ അവർക്കു കിട്ടീട്ടില്ല. അമ്മു ക്കുട്ടി കൊടുക്കുന്നത് കഞ്ഞിയോ കാടിയോ? പിന്നെ പ്ലാവില. വല്ല പ്പോഴും രാവിലെ അത്താഴബാക്കിയിലെ പലഹാരത്തുണ്ടു കണ്ട് അവ അമ്പരക്കുകയും ആർത്തിയോടെ ചവയ്ക്കുകയും ചെയ്തു. അതിന്റെ എരിവ് അവരെ അസ്വാളിപ്പിക്കും.

കഞ്ഞിവെള്ളത്തിലെ ലഹരിമണം അവയെ മത്തുപിടിപ്പിക്കും. അവ മുഖമുയർത്തി അമ്മുക്കുട്ടിയോടു ചോദിക്കും? എന്തിനാ ചേച്ചീ ഇതെല്ലാം ഞങ്ങക്കു തര്ണത്?

തിന്നോ. ■